തയ്യൽ ശാസ്ത്രം

thayyalsasthram

•

a j thomas

•

first edition
august 2017

•

published & typesetting
chintha publishers, thiruvananthapuram

•

cover
vishunuram

വിതരണം

ദേശാഭിമാനി ബുക്ക് ഹൗസ്
H O തിരുവനന്തപുരം-695 035
Ph: 0471-2303026, 6063020
www.chinthapublishers.com
chinthapublishers@gmail.com

ബ്രാഞ്ചുകൾ

ഹെഡ്ഡാഫീസ് ബ്രാഞ്ച് കുന്നുകുഴി • സ്റ്റാച്യു തിരുവനന്തപുരം • കെ എസ് ആർ ടി സി ബസ് സ്റ്റേഷൻ ആലപ്പുഴ • കെ എസ് ആർ ടി സി ബസ് സ്റ്റേഷൻ എറണാകുളം • മച്ചിങ്ങൽ ലെയ്ൻ തൃശൂർ • ഐ ജി റോഡ് കോഴിക്കോട് • മാവൂർ റോഡ് കോഴിക്കോട് • എൻ ജി ഒ യൂണിയൻ ബിൽഡിങ് കണ്ണൂർ • സെൻട്രൽ ബസ് ടെർമിനൽ കോംപ്ലക്സ് താവക്കര കണ്ണൂർ

CO - 2558 / 4402
ISBN - 978-93-86637-27-7

തയ്യൽ ശാസ്ത്രം

എ ജെ തോമസ്

ചിന്ത പബ്ലിഷേഴ്സ്
തിരുവനന്തപുരം-695 035

ഉള്ളടക്കം

സമർപ്പണം

ഈ പുസ്തകം

എന്നെ തയ്യൽ പഠിപ്പിച്ച

എന്റെ അപ്പൻ എ ടി ജോസഫിന്റെ പേരിൽ

പൊതുജനസമക്ഷം സമർപ്പിക്കുന്നു

പ്രസാധകക്കുറിപ്പ്

വിവിധ തരം വസ്ത്രങ്ങൾ തയ്ച്ച് ഉണ്ടാക്കുന്നതിനെ സംബന്ധിച്ചുള്ളതാണ് *തയ്യൽശാസ്ത്രം* എന്ന ഈ പുസ്തകം. വിവിധതരം ഉടയാടകൾ തുന്നിയുണ്ടാക്കുന്നതിന്റെ കണക്കുകളും തുന്നലിന്റെ രീതിശാസ്ത്രവും ഇതിൽ പ്രതിപാദിച്ചിട്ടുണ്ട്.

മുണ്ടക്കയത്തു നിന്നുമുള്ള എ ജെ തോമസ് ആണ് *തയ്യൽ ശാസ്ത്രം* രചിച്ചിട്ടുള്ളത്. അദ്ദേഹത്തിന്റെ പിതാവും ഈ രംഗത്തു പ്രശസ്തനായിരുന്നു.

ചിന്ത പബ്ലിഷേഴ്സ്

ആദ്യമായി ബുക്ക് നോക്കി തുണി വെട്ടാൻ ഒരുങ്ങുന്നവർ ഒരു പഴയ ന്യൂസ് പേപ്പറിൽ ബുക്കിലെ കണക്ക് പ്രകാരം വരച്ച് വെട്ടി നോക്കുന്നത് നന്നായിരിക്കും. പിന്നീട് തുണിയിൽ വരച്ച് വെട്ടുമ്പോൾ തെറ്റുപറ്റാതിരിക്കും.

ബുക്കിലെ കണക്കുകൾ 0–മുതലാണ്. 0–1– എന്ന് എഴുതിയിരിക്കുന്നത് 0 മുതൽ 1 വരെ എന്നാണ്. മടക്ക് എന്നെഴുതിയിരിക്കുന്നിടത്ത് മടക്കാൻ മറക്കരുത്.

അളവെടുക്കുമ്പോൾ ബുക്കിൽ പറഞ്ഞിരിക്കുന്ന കാര്യങ്ങൾ ശ്രദ്ധിക്കുക. സൂചി ഉപയോഗിച്ച് കൈകൊണ്ട് തയ്ക്കുമ്പോൾ റ്റിംബിൾ ഉപയോഗിക്കുക. ഇത് സൂചിയുടെ പുറകുവശം കൈയിൽ കുത്താതിരിക്കാനാണ്.

തയ്യൽ പഠിക്കുന്നവർക്ക് മാർദ്ദവമുള്ള കൈയാണ് വേണ്ടത്. വിയർക്കുന്ന കൈയുള്ളവർക്ക് തയ്യൽ വിഷമമായിരിക്കും. അങ്ങനെ വരുമ്പോൾ സ്ത്രീകൾക്കായിരിക്കും തയ്യൽ പഠിക്കാനും ജോലി ചെയ്യാനും എളുപ്പത്തിൽ കഴിയുന്നത്.

വരയ്ക്കുന്നത് തുണിയുടെ അകവശത്തായിരിക്കണം

0–1 – പോലെ തന്നെയാണ് മറ്റുള്ള നമ്പരുകളും

0–8 എന്നുള്ളത് 0 മുതൽ 8 വരെ എന്നുതന്നെയാണ്.

എല്ലാ വരയും വരച്ചു കഴിയുമ്പോൾ നന്നായി എന്നു തോന്നും. തോന്നണം. എങ്കിലേ ശരിയാവുകയുള്ളൂ.

എ ജെ തോമസ്
മുണ്ടക്കയം

തയ്യൽ പഠിക്കുന്നവരെ ഉദ്ദേശിച്ചാണ് ഈ പുസ്തകം തയ്യാറാക്കിയിരിക്കുന്നത്. തുണി വെട്ടുന്നതിന്റെ അടിസ്ഥാനം അളവുകളാണ് ആളിന്റെ അളവ് അനുസരിച്ചാണ് കണക്കുകൾ. തയ്യൽ ഒരു ശാസ്ത്രവും കലയും ആണ്. കണക്കുകൾ ശാസ്ത്രമാണെങ്കിൽ ഡിസൈൻ ചെയ്യുന്നതും തയ്ക്കുന്നതും കലയാണ്. ഏതൊരു വിദ്യയും പഠിക്കുന്നത് ഗുരുവിൽനിന്ന് നാലിൽ ഒന്ന്, കൂടെ പഠിക്കുന്നവരിൽനിന്ന് നാലിൽ ഒന്ന്, കണ്ടും കേട്ടും നാലിൽ ഒന്ന്, സ്വമേധയാ നാലിൽ ഒന്ന്. ഇങ്ങനെയാണ് ഒരു വിദ്യ പൂർണ്ണമാകുന്നത്. ഈ കാര്യങ്ങൾ ഏതോ പുസ്തകത്തിൽ വായിച്ചതായി ഓർക്കുന്നു.

തുണിയിൽ മെഷീൻ എങ്ങനെ പ്രവർത്തിക്കുന്നു എന്ന് അറിഞ്ഞിരിക്കേണ്ടതാണ്. മെഷീൻ പല്ലുകൾ തുണിയെ മുന്നോട്ടു നീക്കുമ്പോൾ പല്ലിന് മുകളിലുള്ള പ്രസർ തുണിയെ നീക്കുന്നത് പല്ലിനൊപ്പം ആവുകയില്ല. നേരിയ തോതിൽ പുറകോട്ട് പോവും. ഇത് പ്രത്യക്ഷത്തിൽ മനസ്സിലാവുകയില്ല.

എന്നാൽ ഒരു മീറ്റർ തുണി നീളത്തിൽ ഒന്നിന് മേൽ മറ്റൊന്ന് വച്ച് തയ്ക്കുമ്പോൾ അടിയിൽ വച്ചിരിക്കുന്ന തുണി അല്പം നീളം കുറഞ്ഞും മുകളിൽ വച്ചിരിക്കുന്നത് അല്പം നീളം കൂടിയും വരുന്നത് കാണാം. അതിന് ഏത് തുണി തയ്ക്കുമ്പോഴും അടിയിലെ തുണി അല്പം വലിച്ചുകൊടുക്കണം. അല്ലെങ്കിൽ അടിവശത്തുള്ള തുണിയിൽ ഇറുക്കം വന്നിട്ടുണ്ടാവും. തയ്ച്ചതിന് ഭംഗി ഇല്ലാതെ വരും. ഇത് നിസ്സാരമാണെന്ന് തോന്നാമെങ്കിലും പഠിച്ചു തുടങ്ങുന്നവർ പ്രത്യേകം ശ്രദ്ധിക്കേണ്ടതാണ്.

വെള്ളത്തിൽ അലക്കാവുന്ന തുണികൾ വെള്ളത്തിലിട്ട് ഉണക്കിയതിന് ശേഷം വെട്ടുന്നതാണ് ഉത്തമം. മട്ടം ഉപയോഗിക്കണം. അല്ലെങ്കിൽ

ഫിറ്റിങ് നന്നാവുകയില്ല.

എല്ലാറ്റിനും ഉപരിയായി യുക്തിപൂർവ്വം പ്രവർത്തിക്കുക.

എന്റെ ബാല്യകാലത്ത് മുണ്ടക്കയത്തുള്ള റബ്ബർ, തേയില തോട്ടങ്ങളിൽ മാനേജർമാരും സൂപ്രണ്ടുമാരുമായിട്ട് കുറെ സായിപ്പന്മാരും അവരുടെ മദാമ്മമാരുമുണ്ടായിരുന്നു. അവർക്ക് വേണ്ട ഉടയാടകൾ തയ്ച്ചിരുന്നത് കുട്ടിച്ചേട്ടൻ എന്നൊരാളും പാപ്പിച്ചേട്ടൻ എന്നൊരാളുമായിരുന്നു. അവർക്ക് രണ്ടാൾക്കും മറ്റുള്ള തയ്യൽക്കാരുടെ ഇടയിൽ വലിയ സ്ഥാനമാണുണ്ടായിരുന്നത്. പിന്നെ എന്റെ അപ്പനും ഒരു തയ്യൽക്കാരനായിരുന്നല്ലോ. ഇതൊക്കെയാണ് എനിക്ക് തയ്യൽ പഠിക്കാൻ പ്രചോദനമായത്.

ഞാൻ തയ്യൽ പഠിക്കാൻ തുടങ്ങി കുറച്ചുനാൾ കഴിഞ്ഞ് 1954 ൽ മലയാളത്തിൽ ആദ്യമായി ഒരു കട്ടിങ് ബുക്ക് പ്രസിദ്ധീകരിച്ചത് ടി ഐ തോമസ് പത്തനംതിട്ട എന്നയാളാണ്. ഞാൻ അതിന്റെ ഒരു കോപ്പി വാങ്ങി. പിന്നീട് ഞാൻ ആ ബുക്കിലേതുപോലെയാണ് കട്ടിങ്ങും തയ്യലും നടത്തിക്കൊണ്ടിരുന്നത്. അതിനുശേഷം ഹിന്ദിയിലും ഇംഗ്ലീഷിലുമായി പല കട്ടിങ് ബുക്കുകളും എന്റെ കൈയിൽ വന്നു പോയി. കണക്കുകൾ എല്ലാം ഒരുപോലെ തന്നെ. ഫാഷൻ (രൂപം) മാറുമ്പോൾ വരുന്ന ചെറിയ വ്യത്യാസങ്ങൾ മാത്രമാണുള്ളത്.

1962 ൽ ആയിരുന്നു മധുരയിൽ തയ്യൽക്കട നടത്തിക്കൊണ്ടിരുന്ന സുധാകരൻ മാസ്റ്ററെ ഞാൻ പരിചയപ്പെടുന്നത്. പ്രേം നസീറിനും ചില തമിഴ് സിനിമാ നടന്മാർക്കും അദ്ദേഹമായിരുന്നു സൂട്ടും മറ്റും തയ്ച്ചിരുന്നത്.

ആ കാലത്ത് ചിക്കാഗോയിലുള്ള ഒരു ടൈലറിങ് ഇൻസ്റ്റിറ്റ്യൂട്ടുമായി ബന്ധപ്പെട്ട് ബാംഗ്ലൂരിൽ ഒരു ടൈലറിങ് ഇൻസ്റ്റിറ്റ്യൂട്ട് ഉണ്ടായിരുന്നു. പുതിയ പുതിയ ഫാഷനിലുള്ള കട്ടിങ്ങുകൾ ചിക്കാഗോയിൽനിന്നാണ് ബാംഗ്ലൂരിൽ എത്തിക്കൊണ്ടിരുന്നത്. അവിടെ മെമ്പർഷിപ്പുള്ള മാസ്റ്റർമാർക്ക് വർഷത്തിൽ ഒരു മാസത്തെ പരിശീലനം അവിടെ കൊടുത്തിരുന്നു. സുധാകരൻ മാസ്റ്റർ അവിടെ മെമ്പർഷിപ്പുള്ള ആളായിരുന്നു. അദ്ദേഹമാണ് എനിക്ക് സൂട്ടിന്റെ കട്ടിങ് പഠിപ്പിച്ചു തന്നത്. പിന്നീട് രണ്ട് വർഷത്തിന് ശേഷം അദ്ദേഹം മരണപ്പെട്ടു എന്നു കേട്ടു. ഇപ്പോൾ ബാംഗ്ലൂരിൽ ആ ഇൻസ്റ്റിറ്റ്യൂട്ട് ഉണ്ടോ എന്നറിഞ്ഞുകൂടാ.

എ ജെ തോമസ് മുണ്ടക്കയം

ഷർട്ടിന് അളവെടുക്കുന്ന വിധം

ഇറക്കം അപ്പപ്പോൾ ഉള്ള ഫാഷൻ പോലെ. ഷോൾഡർ അളവെടുക്കുമ്പോൾ ഒരറ്റത്തിന്റെ നീളം മുഴുവൻ എടുക്കുക. ടൈറ്റ് ഷർട്ടാണെങ്കിൽ ഒരിഞ്ച് കുറച്ച് വേണം അളക്കാൻ. ജുബ്ബായ്ക്കും ഒരിഞ്ച് കുറച്ച് മതിയാകും. വണ്ണം അളക്കുമ്പോൾ രണ്ട് വിരൽ ടേപ്പിനകത്തിട്ട് മുറുക്കി വേണം അളക്കാൻ. കൈ നീളം കുഴയ്ക്ക് താഴെ വരെ. കോളർ രണ്ട് വിരൽ അകത്തിട്ട് വേണം അളക്കാൻ.

ഷർട്ട് No. I

അളവ് - 29-18-32-36-23-15

ഇറക്കം - 29" തോൾ വീതി 18" ഇടവണ്ണം 32" നെഞ്ചുവണ്ണം 36" കൈനീളം 23" കഴുത്തുവണ്ണം 15

മുൻഭാഗം

0-1 - എന്നത് 0 മുതൽ 1 വരെ എന്നാണ് മനസ്സിലാക്കേണ്ടത്.

0-1 - ഇറക്കം + ¾ = 29

0-2 - ഇട ഇറക്കം = 16"

0-3 - നെഞ്ചുവണ്ണത്തിന്റെ ¼" ൽ നിന്നും 1" കുറച്ച് 8"

0-4 - 1½" മുൻപടിക്കുവേണ്ടി

1-5 - = 0-4

4-6 - തോൾ വീതിയിൽനിന്നും ¼" കുറവ് 8¼"

6 - ൽ നിന്നും 7 ലേക്ക് നേർവര

6-8 - 1½" തോൾ ഷേപ്പിന്

4-9 - കഴുത്തുവണ്ണത്തിന്റെ 1/6 = 2½"

9-10-4-9-2½"

10-11 - ചതുരം വരച്ച് കഴുത്ത് ഷേപ്പ് ചെയ്യുക

8- ൽ നിന്നും 9ലേക്ക് വരയ്ക്കുക

3-12 നെഞ്ചുവണ്ണത്തിന്റെ ¼" + 2½" ലൂസിന്

7-8 നേർവര, ചിത്രത്തിൽ കാണുന്നതുപോലെ റിഗാൾ ഷേപ്പ് ചെയ്യുക

12-13-14- ലേക്ക് നേർവര

13-21-½ ഇട ഒതുക്കത്തിന്

15-16 - 12" = 4-5 വരയിൽനിന്നും ¼" മാറ്റി വരയ്ക്കുക പടിക്ക്

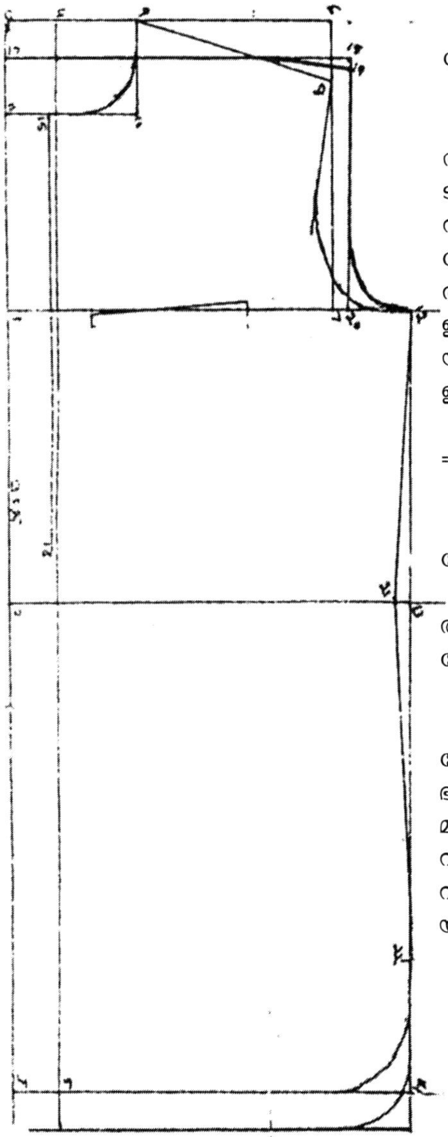

14-22-4" സൈഡ് ഓപ്പൺ

ചിത്രത്തിൽ കാണുന്നത് പോലെ മൂല ഷേപ്പ് ചെയ്യുക.

എൽ ഭാഗം

മുൻഭാഗത്തിന്റെ അത്ര തന്നെ തുണി എടുത്ത് വെട്ടിയെടുത്ത മുൻഭാഗത്തിന്റെ അടിയിൽ വയ്ക്കുക. മുൻഭാഗം 1" മുകളിലേക്ക് വലിച്ച് നീട്ടി വയ്ക്കുക. അപ്പോൾ താഴെ പിൻഭാഗം 1" ഇറങ്ങി നില്ക്കും. അങ്ങനെയായിരുന്നു ആദ്യകാല ഷർട്ടുകൾ. ഇനി പിൻ ഭാഗം മാർക്ക് ചെയ്യാം.

17-18 - തോൾ വീതി + $\frac{1}{4}$" = $9\frac{1}{4}$"

18-19 - $\frac{1}{4}$" ഷേപ്പിന്

19 ൽ നിന്നും 20 ലേക്ക് നേർവര

12 ൽ നിന്നും 19 ലേക്ക് ചിത്രത്തിൽ കാണുന്നതുപോലെ ഷേപ്പ് ചെയ്യുക.

14-22-4" സൈഡ് ഓപ്പൺ

ചിത്രത്തിൽ കാണുന്നതുപോലെ താഴെ മൂലയും പിൻഭാഗത്തിന്റെ ഷേപ്പ് ചെയ്യുക. മുൻപടിയിൽനിന്ന് 1" മാറ്റി 12-3 വരയിൽ പോക്കറ്റിന് സ്ഥാനം. വരയ്ക്കുന്നത് എല്ലാം തുണിയുടെ അകവശത്തായിരിക്കണം.

തോൾപ്പട്ട No 1

അളവ്

0–1 - തോൾ വീതി ½"+ = 9½"
0–2– 4"
0–3–2½"
3–4 – 2½"
2–5–3" – 3–4–5 ചതുരം വരച്ച് ഷേപ്പ് ചെയ്യുക.
1–6–2¾"
1–7– ¼"– 7 – 8– ¼"
8–6 = 0–3
6 ൽ നിന്നും 5 ലേക്ക് വരയ്ക്കുക
8–0– തോൾ വീതി + ¼" = 9¼"

കോളർ

0–2– 2¼"
0–1– 0–2 കഴുത്തു വണ്ണത്തിന്റെ പകുതി
0–1–0 – ചതുരം വരയ്ക്കുക
1–5–½"
0–3–3½"
3–4 ലേക്ക് ചതുരം വരയ്ക്കുക
5–6–3½"
ചിത്രത്തിൽ കാണുന്നതുപോലെ ഷേപ്പ് ചെയ്യുക.

കാൻവാസ് കട്ടിങ് ആണ്. തയ്യലിന് ഇല്ല. (തയ്യലിനുള്ള തുണി അധികം ഇടണം)

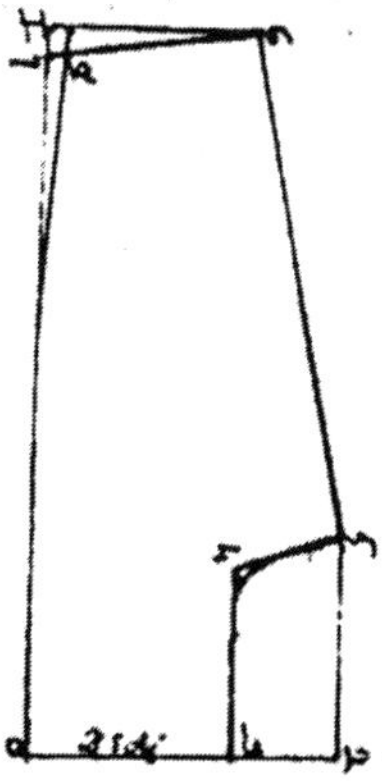

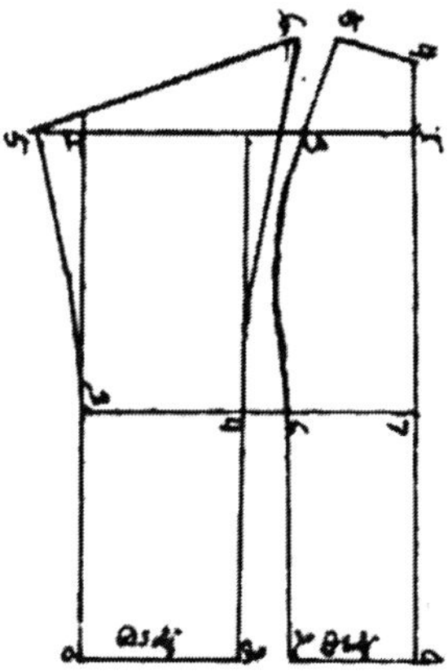

കോളർ പട്ട

0–1–കഴുത്തുവണ്ണത്തിന്റെ പകുതി
0–2–1¼" കോളറിന്റെ 0–1 ½" ൽ നിന്നും കുറവ്
2–3–0–1–1–4–¾"
3–5 1"–6–7
ചതുരം വരയ്ക്കുക
ചിത്രത്തിൽ കാണുന്നതുപോലെ ഷേപ്പ് ചെയ്യുക.

ഷർട്ട് No 1

കൈ

0-1- നെഞ്ചുവണ്ണത്തിന്റെ ¼" ൽ നിന്നും ½" കുറവ് = 8 ½"
0-2 - കൈ നീളം കഫിന് 2 ½" കുറച്ച് 1" കൂട്ടുക = 2 ½"
0-3-0-1- ന്റെ പകുതി
1-4 - 1 ½"
0-5-0-3-ൽ നിന്നും ½" കുറച്ച്
5 ൽ നിന്നും 6-3 ലേക്ക് ചതുരം വരയ്ക്കുക.
5-6-4/5-3-4 ചിത്രത്തിൽ കാണുന്നതുപോലെ
2-7- കഫ് നീളം കഴിഞ്ഞ് 1½" കൂടുതൽ
7-8-½"
8-9-6"

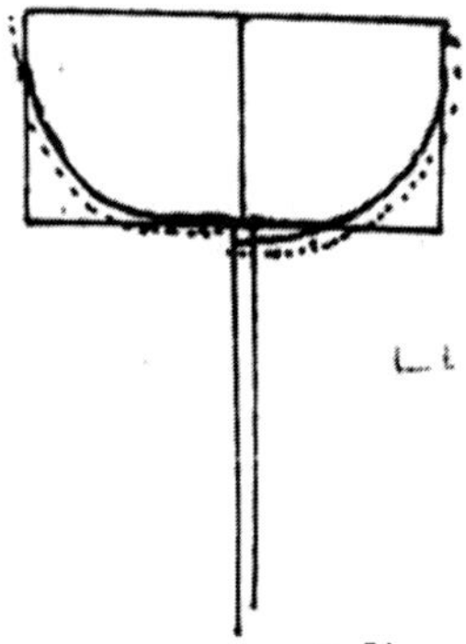

ഷർട്ട് തയ്ക്കുമ്പോൾ ശ്രദ്ധിക്കേണ്ട കാര്യങ്ങൾ

ഉടലിൽ കോളർ ചേർക്കുമ്പോൾ പിൻഭാഗത്ത് നടുക്കു നിന്നും തുടങ്ങുക. അപ്പോൾ ഷോർഡറിന്റെ ഭാഗം അല്പം വലിച്ചു തയ്ക്കുക. പിൻഭാഗത്ത് ചുളുക്കം വരാതെയിരിക്കാൻ. വലിച്ചില്ലെങ്കിൽ ചുളുക്കം വരാൻ സാദ്ധ്യതയുണ്ട്. അതേസമയം മുൻഭാഗം അല്പം പോലും വലിയരുത്. വലിഞ്ഞു നീളാതിരിക്കാൻ ചിത്രത്തിൽ കാണുന്നതുപോലെ ഒരു തയ്യൽ തയ്ക്കുക. വലിഞ്ഞുപോയാൽ കഴുത്തു ബട്ടൺ ചെയ്യുമ്പോൾ ശരിയാവുകയില്ല. ടൈ കെട്ടുന്നവർക്ക് പ്രത്യേകിച്ചും. അതുപോലെ മേൽഭാഗത്ത് പടിയുടെ അറ്റം - ചിത്രത്തിൽ കാണുന്നതുപോലെ കാൽ ഇഞ്ചു മുറിച്ചുകളയണം. എങ്കിലേ കോളർ കഴുത്തു ബട്ടൺ ചെയ്യുമ്പോൾ നന്നായിരിക്കുകയുള്ളൂ. പിടിയിൽ ചുളുക്കും ഉണ്ടായിരിക്കുകയില്ല.

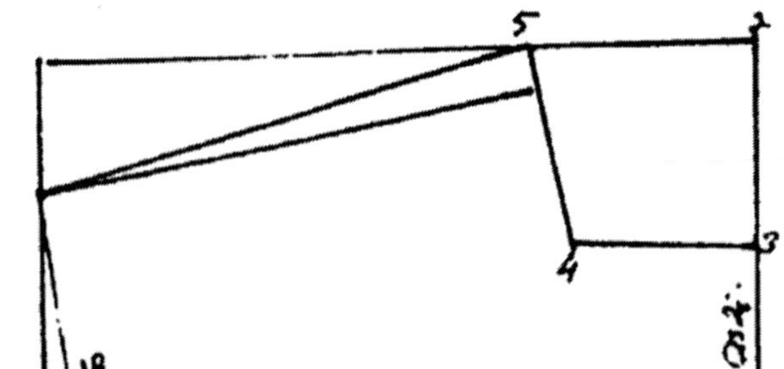

സാധാരണയിൽ കൂടുതൽ തോൾ ഇറങ്ങിയവർക്ക് (ഒരം താഴ്ന്ന വർക്ക്) ഷർട്ട് തയ്ക്കുമ്പോൾ തോൾപ്പട്ടയിൽ (ഷോൾഡറിൽ) മാറ്റം വരുത്തുക. വീതി 4 ന് പകരം 4 ½" ആക്കുക.

0-2-4½"	1-7-¼"
0-3-2"	7-8-¼"
3-4-2 ½"	8-6=0-3
4-5-2 ½"	6 ൽ നിന്നും 5 ലേക്ക് വരയ്ക്കുക.
2-5-3"	8-0-തോൾ വീതി ¼"
1-6-2 ¾"	

ബാക്കി എല്ലാം മുമ്പെ ഉള്ളതുപോലെ. തോൾപ്പട്ടയിൽ കൂടുതൽ ഇടുന്ന അര ഇഞ്ച് കഴുത്ത് ഇറക്കത്തിൽ കുറയ്ക്കുക. ഇങ്ങനെ ചെയ്താൽ തോൾ ഇറക്കം ഒന്നര ഇഞ്ചിന് പകരം രണ്ടിഞ്ചായി മാറ്റുകയും കാഴ്ചയ്ക്ക് നന്നായി ഇരിക്കുകയും ചെയ്യും.

ഷർട്ട് No. 2

അളവുകൾ

ഇറക്കം - 29, തോൾ വീതി 18(9) ഇടവണ്ണം - 32, നെഞ്ചുവണ്ണം - 36, കൈ - 23, കഴുത്ത് 15

0-1- ഇറക്കം + ¾" തയ്യലിന് 29 ¾"

9-10 - ¾" പടികയറി നില്ക്കാൻ 10-11-1¼" വലതുപടിക്ക്

10-12-1 ½" - ഇടതുപടിക്ക് + ¾ ചുളുക്കിന് = 2¼"

0-2 - ഇടഇറക്കം - 16

0-3- നെഞ്ചുവണ്ണത്തിന്റെ ¼ ൽ നിന്നും 1 ½" കുറവ് - 7 ½"

0-4 - തോൾ വീതിയിൽനിന്നും ½" കുറവ് - 8½"

4-5-3 ന്റെ വരയിലേക്ക് നേർവര

4-6-1 ½" തോൾ ഇറക്കത്തിന്

0-7- കഴുത്തുവണ്ണത്തിന്റെ 1/6 ൽ നിന്നും ¼" കുറവ് - 2¼"

7-8-0-7-2¼"

8 ൽ നിന്നും 12 ലേക്ക് ചതുരം വരച്ച് കഴുത്ത് ഷേപ്പ് ചെയ്യുക.

3-13-നെഞ്ചുവണ്ണത്തിന്റെ ¼" + 2 ½" ലൂസിന് 11 ½"

6-5-13 ലേക്ക് ചിത്രത്തിൽ കാണുന്നതുപോലെ ഷേപ്പ് ചെയ്യുക.

13-14-15- നേർവര വരയ്ക്കുക

14-16 - ½" ഇട ഒതുക്കത്തിന്

അടിഭാഗം 15 ന് മേലെ ചിത്രത്തിൽ കാണുന്നതുപോലെ ഷേപ്പ് ചെയ്യുക. മുൻപടിയിൽ നിന്നും 3-13- വരയിൽ പോക്കറ്റിന് സ്ഥാനം.

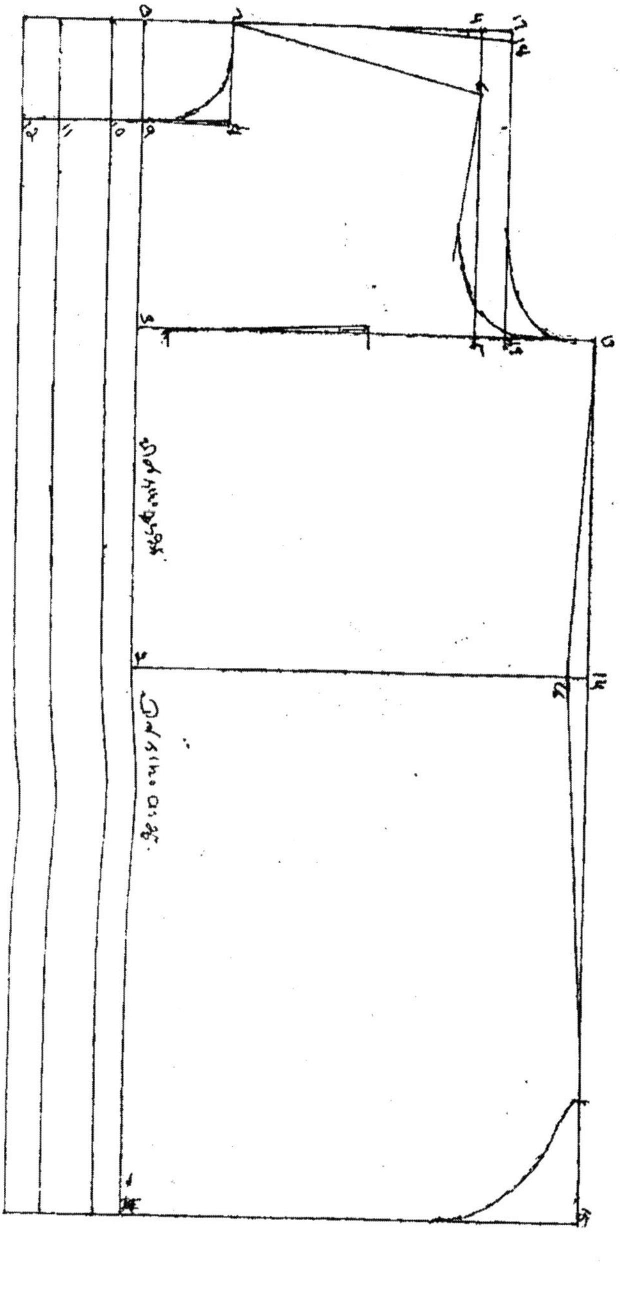

പിൻഭാഗം

0–7– തോൾവീതി +¼" =9¼"

17–18– ¼" തോൾ ഷേപ്പിൽ

18–19– നേർവര വരച്ച് 13 ലേക്ക് ഷേപ്പ് ചെയ്യുക

13–14–15 മുൻഭാഗവും പിൻഭാഗവും ഒരുപോലെ

ഷർട്ട് No. 2

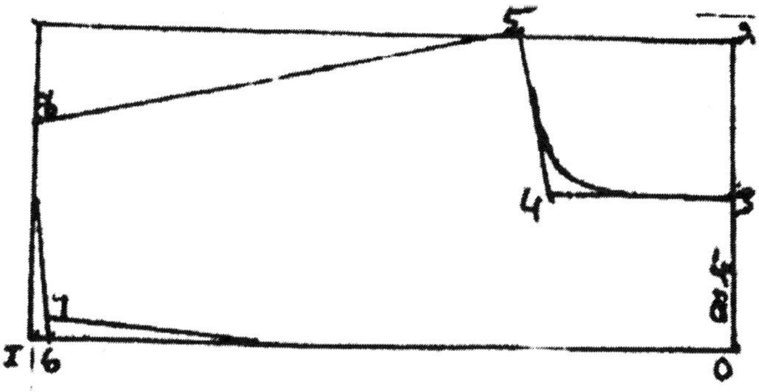

0-1-നെഞ്ചുവണ്ണത്തിന്റെ ¼ ൽ നിന്ന് ½" കുറവ് - 8 ½"

0-2-0-1-ന്റെ പകുതി

0-3-നെഞ്ചുവണ്ണത്തിന്റെ 1/12 = 3"

1-4--0-3-

0-5-കൈ നീളത്തിൽ നിന്നും കഫ് വീതി കുറച്ച് 1" കൂട്ടുക

5-6 - നെഞ്ചുവണ്ണത്തിന്റെ 1/6 മിനിമം 6"

6-7- ½"

6-8-5-6 ന്റെ പകുതി

8-9-6" കഫ്പടി

തോൾപ്പട്ട (പടി)

0-1-തോൾ വീതി +½" - 9 ½"

0-2-4"

0-3-0-2 ന്റെ പകുതി = 2"

3-4-കഴുത്തു വണ്ണത്തിന്റെ 1/6 = 2 ½"

2-5 കഴുത്തുവണ്ണത്തിന്റെ 1/6 + ½" = 3"

3-4-5 ലേക്ക് ചതുരം വരച്ച് ഷേപ്പ് ചെയ്യുക.

1-6-¼" കുറയ്ക്കുക

6-7 -¼" കുറയ്ക്കുക.

7-8-2 ½"

കോളർ ഷർട്ട് നമ്പർ 1 ന്റേതുപോലെ തന്നെയാകാം. അല്ലെങ്കിൽ ഫാഷൻ പോലെ മാറ്റാം.

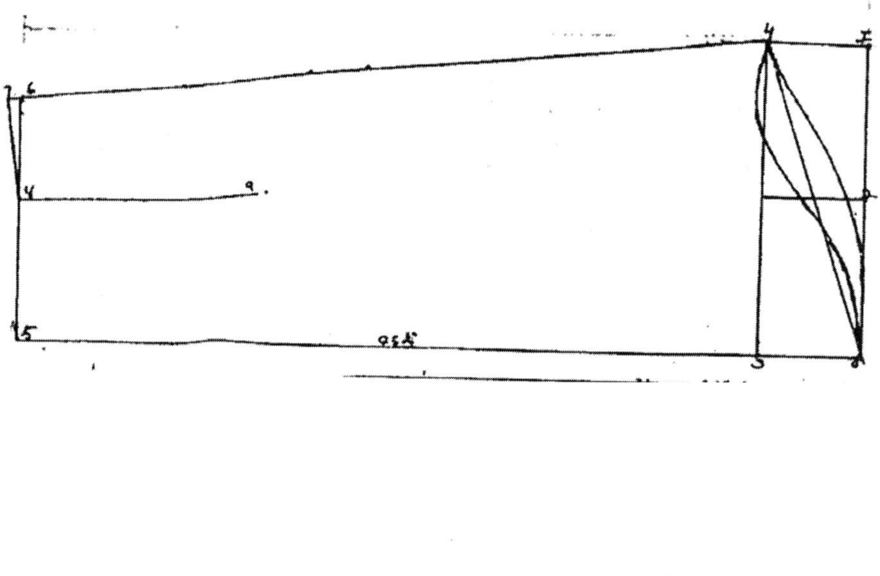

ഷർട്ട് No. 3
ബുഷ് ഷർട്ട്

അളവ്

ഇറക്കം - 26"
തോൾവീതി - 18"
ഇടവണ്ണം - 32
നെഞ്ചുവണ്ണം - 36
കൈനീളം - 11"
കഴുത്ത് വണ്ണം - 15

മുൻഭാഗം

0–1– ഇറക്കം + ¼"
0–2 – ഇട ഇറക്കം
0–3 – നെഞ്ചുവണ്ണത്തിന്റെ ¼" ൽനിന്നും 1½" കുറവ് – 7½"
0–4 – ¾" പടി കയറി നില്ക്കാൻ
0–5 – തോൾ വീതിയിൽനിന്നും ¼" കുറവ്
5–6 ലേക്ക് നേർവര
5–7 – 1½"
0–8 – കഴുത്തു വണ്ണത്തിന്റെ ½"
0–10 – 2½"
8–9–10– ചതുരം വരച്ച് ഷേപ്പ് ചെയ്യുക.
3–6–11 – ലേക്ക് വരയ്ക്കുക.
3–11– നെഞ്ചുവണ്ണത്തിന്റെ ¼" + 2½" ലൂസിന്
11–12–13–14 – ലേക്ക് നേർവര

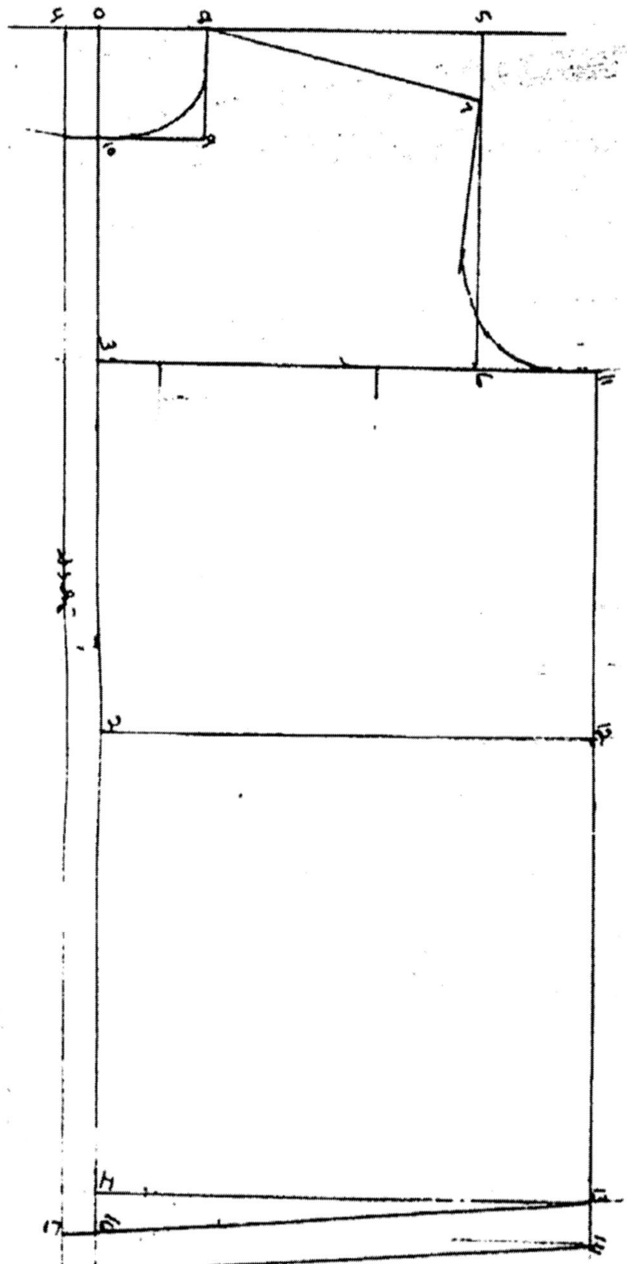

13–14– 1" മടക്കിന്
14–16 – നേർവര
16–15 – 1" മുൻഭാഗം ഇറങ്ങി നില്ക്കാൻ
17–18 – $2\frac{1}{2}$" മുൻപടി
17–4 – ൽ മടക്കുക
3–11 വരയിൽ മുൻപടിയിൽനിന്നും 2 ½" മാറി പോക്കറ്റിന് സ്ഥാനം. ബുഷ് ഷർട്ടിന് രണ്ട് പോക്കറ്റാണ് വയ്ക്കുക.

ഷർട്ട് No. 3
ബുഷ് ഷർട്ട്

അളവ്

ഇറക്കം -26
ഷോൾഡർ - 18
ഇടവണ്ണം - 32
നെഞ്ച് വണ്ണം - 36
കൈ നീളം - 11"
കഴുത്ത് വണ്ണം - 15

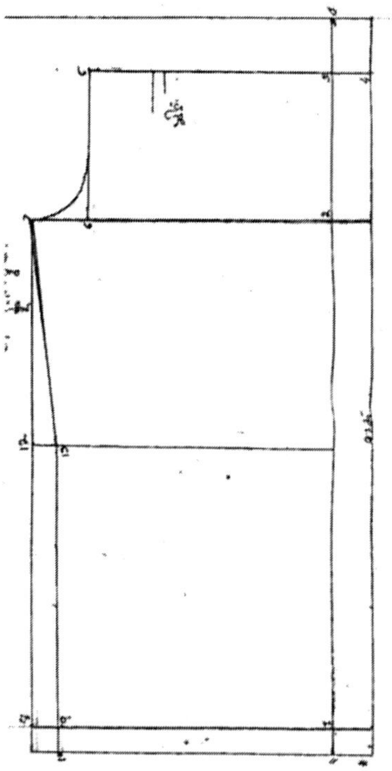

പിൻഭാഗം

0-1 ഇറക്കം + ¼" = 26¼"

0-2 വണ്ണത്തിന്റെ ¼" ൽ നിന്നും 1½" കുറച്ച് 7½"

0-3 ഇറക്കത്തിൽ നിന്നും 2" കുറവ്

3-4 - 1½" ബാക്ക് പ്ലീറ്റിന്

3-5 - തോൾ വീതി ¼" = 9¼"

5 - 6- = 3- 2-

6- 7 - 2" ലൂസിന്

1-8 = 2 - 7

8 - 9 = 1" മടക്കിന്

9 - 10 - 1" മടക്കിന്

11-1-1" മടക്കിന്

12-13-1" ഇടഒതുക്കം

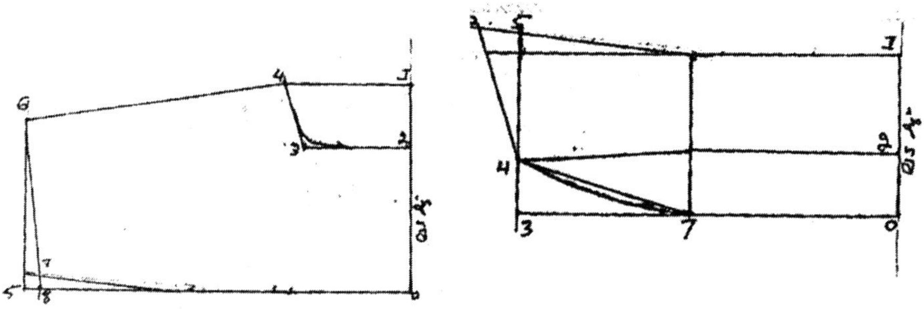

തോൾപ്പട്ട

0–1–5''

0–2 – 3 ½''

2–3 – കഴുത്തുവണ്ണത്തിന്റെ 1/6 = 2½''

1–4–3 – കഴുത്തുവണ്ണത്തിന്റെ + ½''– 3''

0–5 – തോൾ വീതി + ½'' = 9 ½''

5–6–3¾'' – 4 ൽ നിന്നും 6 ലേക്ക് വരയ്ക്കുക

5–8 –¼'' –8–7–¼''

2–3–4 ഷേപ്പ് ചെയ്യുക

കോളർ

0–1–3

0–2 – 1

0–3 – കഴുത്തുവണ്ണത്തിന്റെ പകുതി 7½''

3–4–1''

4–5–2½''

5–6–¾''

3–7– കഴുത്തുവണ്ണത്തിന്റെ 1/6 + 3 ½''

ഷർട്ട് നം. 3 ബുഷ് ഷർട്ട്

കൈ

0–1 – കൈ നീളം 11½'' + ½'' = 12''

1–2–2'' മടക്കിന്

0–3 – നെഞ്ചുവണ്ണത്തിന്റെ ¼'' = 9''

3–4 – നെഞ്ചുവണ്ണത്തിന്റെ 1/12 ൽ നിന്നും ½'' കുറച്ച് 2½''

4–5–1 ൽ നിന്നും നേർവര

5 – 6– 1– 2 –
5– 7– 1''
ചിത്രത്തിൽ കാണുന്നതുപോലെ ഷേപ്പ് ചെയ്യുക.

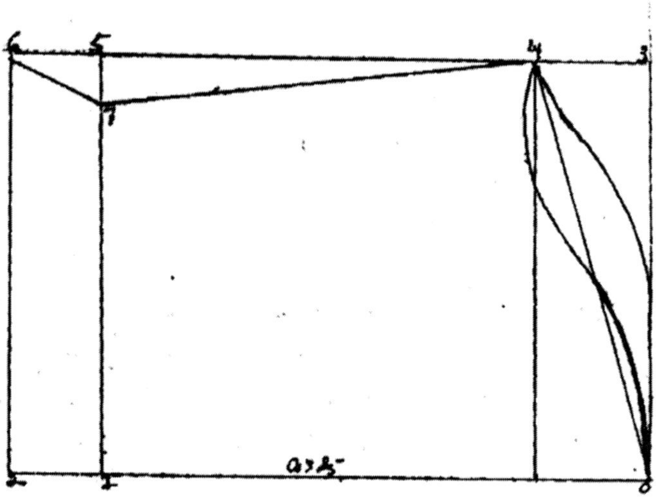

പാന്റ്സിന് അളവെടുക്കുന്ന വിധം

മുകളിൽനിന്നും താഴെ നിലത്ത് മുട്ടിച്ച് അളന്നിട്ട് ഒരിഞ്ചു കുറയ്ക്കുക.

ഇൻസൈഡ് അങ്ങനെ തന്നെ.

ഇട (അര) വണ്ണം അളക്കുമ്പോൾ രണ്ട് വിരൽ ടേപ്പിനകത്താക്കി അളക്കണം. സീറ്റുവണ്ണവും അങ്ങനെ തന്നെ. കാൽ ലൂസ് അപ്പപ്പോൾ ഉള്ള ഫാഷൻപോലെ അളക്കുക.

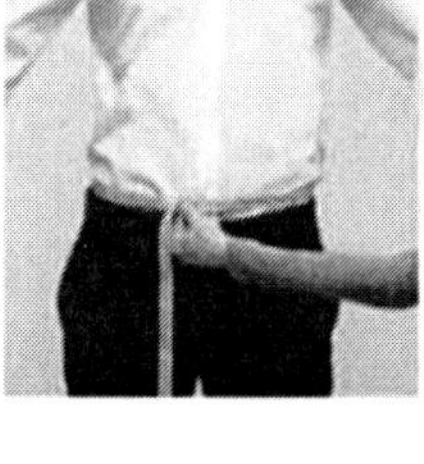
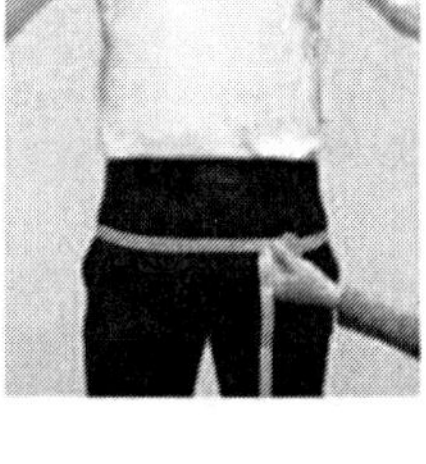

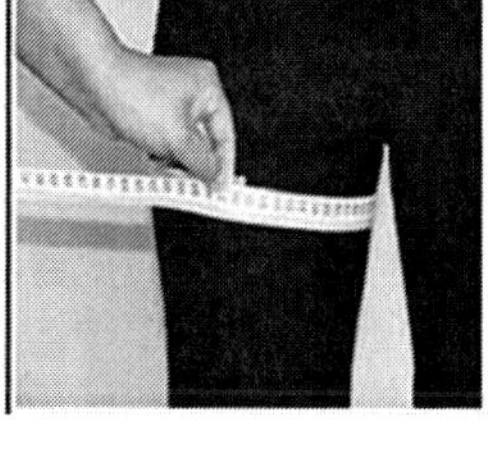
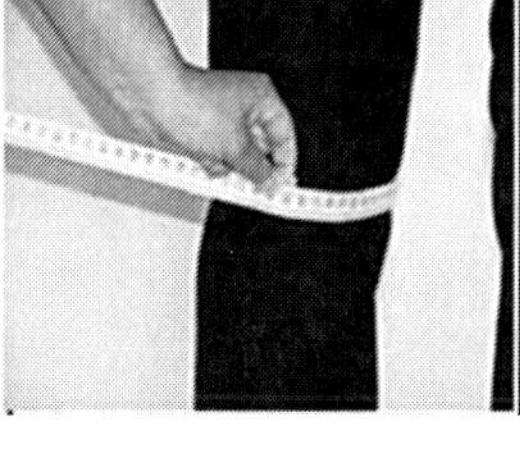

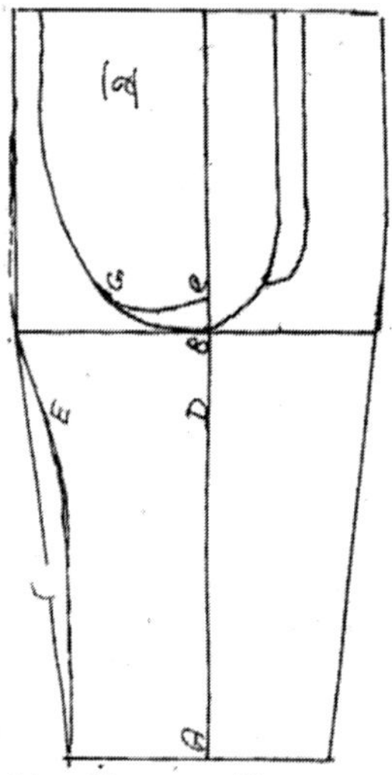

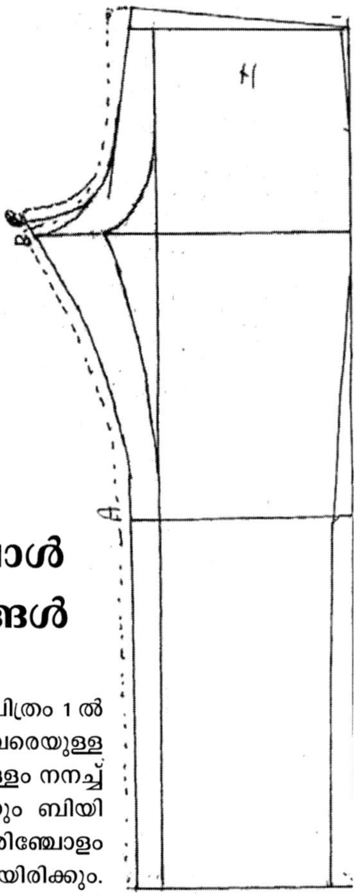

പാന്റ്സ് തയ്ക്കുമ്പോൾ ശ്രദ്ധിക്കേണ്ട കാര്യങ്ങൾ

തയ്ക്കാൻ തുടങ്ങുന്നതിന് മുമ്പ് ചിത്രം 1 ൽ കാണുന്നതുപോലെ എ മുതൽ ബി വരെയുള്ള ഭാഗത്ത് എ യിൽ നിന്നും ബി വരെ വെള്ളം നനച്ച് ഇസ്തിരിപ്പെട്ടി കൊണ്ട് എയിൽ നിന്നും ബിയിലേക്ക് വലിച്ചു നീട്ടുക. ഏകദേശം ഒരിഞ്ചോളം നീണ്ടുവരും. അപ്പോൾ സി വരെ എത്തിയിരിക്കും. അകവശം ചേർത്തുകഴിയുമ്പോൾ ചിത്രം 2 ൽ കാണുന്നതുപോലെ കൂടുതൽ വരുന്ന ഭാഗം മുറിച്ചുകളയുക. പിന്നീട് ഡിയിൽ നിന്നും ഇയിലേക്കും എഫിലേക്കും വെള്ളം നനച്ച് പുറകോട്ട് വലിച്ചു തേക്കുക. തേച്ച് സീറ്റിന് നല്ല ഷേപ്പാക്കുക. ഇങ്ങനെ ചെയ്താൽ നടക്കുമ്പോൾ പിൻഭാഗം മുമ്പോട്ടു വലിയുകയില്ല. തയ്ച്ചു കഴിഞ്ഞ് ജി ഭാഗവും തേച്ച് മലർത്തുക. സൈഡിലേക്ക് മറിഞ്ഞുകിട്ടാൻ വേണ്ടി.

ഇങ്ങനെ ചെയ്യേണ്ടത് പാന്റ് നം. 2 നും 3 നും മാത്രം മതി. ഒന്നിന് വേണ്ട.

പാന്റ്സ് No. 1

അളവ്

നീളം - 41

കാൽ നീളം - 30

അരവണ്ണം - 32

സീറ്റ് വണ്ണം - 36

കാൽ ലൂസ് - 16

ഇത് ആദ്യകാലത്തു തന്നെ ഉള്ളൊരു കട്ടിങ് ആണ്. തുണി ലാഭമാണ് പ്രധാനമെന്ന് തോന്നുന്നു.

0-1 - നീളത്തിൽനിന്നും പടിക്കുവേണ്ടി ¼" കുറച്ച് തയ്യലിന് ¼ കൂട്ടുക. - 40"

4-2 - തുണിയുടെ അരികിൽനിന്നും 1" മാറ്റി താഴെ തുണിയുടെ അരികിലായി നം. 1 ൽ നിന്നും 2 ൽ കൂടി 0 യിലേക്ക് വരയ്ക്കുക.

0-2 - സീറ്റുവണ്ണത്തിന്റെ 1/3 ൽ നിന്നും പടി കഴിച്ച് 1 ഇഞ്ച് കൂടി കുറവ് 10"

1-2 - കാൽ നീളം - 30"

2-5 സീറ്റു വണ്ണത്തിന്റെ 1/3 = 12"

5-6 - ¾"

5-7 - സീറ്റുവണ്ണത്തിന്റെ 1/12 = 3"

5-8-2-5 ന്റെ പകുതി 6"

7-11 - സീറ്റുവണ്ണത്തിന്റെ 1/6 = 6"

7-9-2"

7 ൽ നിന്നും 0-10 ലേക്ക് നേർവര

10-11-9-5- ലേക്ക് ഷേപ്പ് ചെയ്യുക.

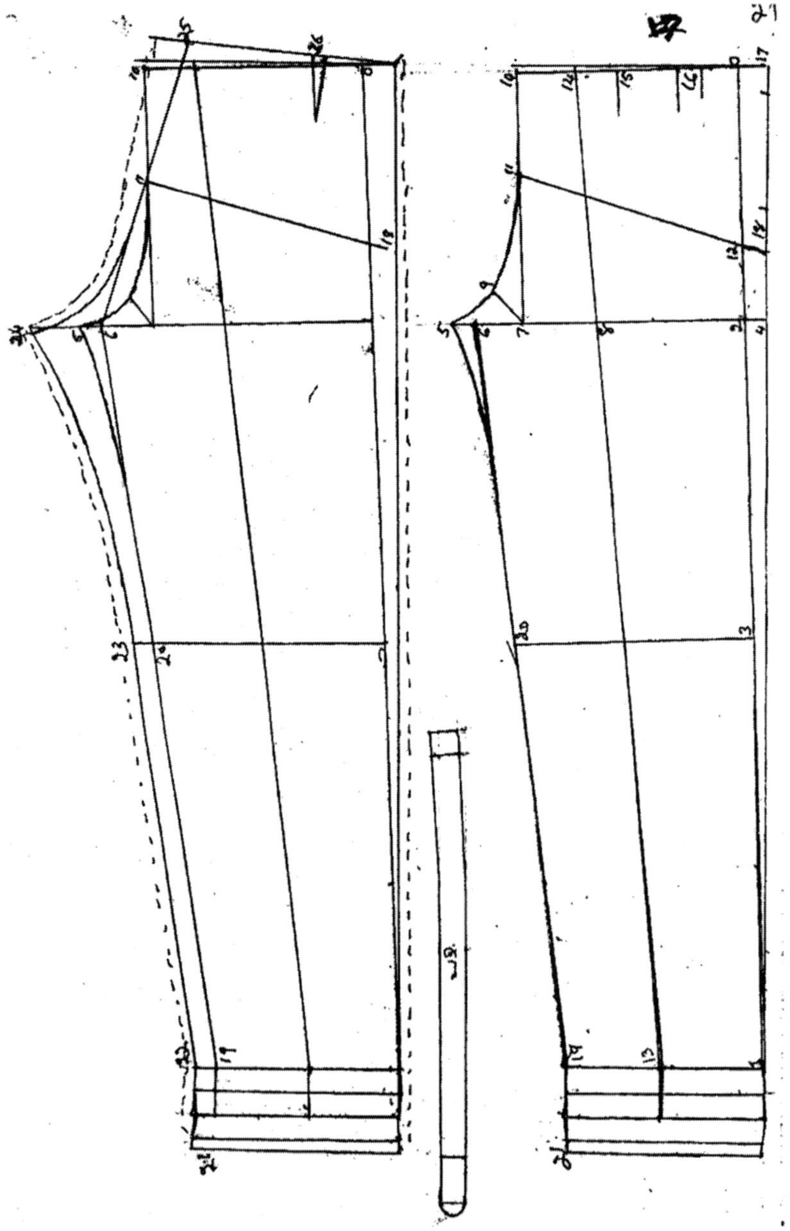

2-12 - സീറ്റു വണ്ണത്തിന്റെ 1/12 = 3"
1- 13- കാൽവണ്ണത്തിന്റെ ¼ = 4"
13 - 8 പതിനാലിലേക്ക് വരയ്ക്കുക
14-15-2" പ്ലീറ്റിന്
16-17-15 ന്റെ മദ്ധ്യത്തിൽ 1" പ്ലീറ്റിന്
13-19 - കാൽ വണ്ണത്തിന്റെ ¼" = 4"
19- ൽ നിന്നും 20 ലൂടെ 6 ലേക്ക് നേർവര
21 - കാൽ മടക്കിന് ആദ്യകാലത്ത് കാൽ മടക്കി തയ്ച്ച് വീണ്ടും മടക്കി (പടി പോലെ) യാണ് ഉപയോഗിച്ചിരുന്നത്.

പിൻഭാഗം

വെട്ടിയെടുത്ത മുൻഭാഗം പിൻഭാഗത്തുള്ള തുണിയിൽ വെച്ച് മാർക്ക് ചെയ്യണം. ചിത്രത്തിൽ കാണുന്നതു പോലെ സൈഡിൽനിന്നും ½" മാറ്റി വയ്ക്കണം. തയ്യലിന് വേണ്ടത് വരയ്ക്കകത്തുണ്ട്.
19-22 - 1"
20-23 - 1"
25-0-10 - ൽ നിന്നും 1½" മുകളിൽ
23-ൽ നിന്നും 24 ലേക്ക് ഷേപ്പ് ചെയ്യുക
5-24-2"
18-11 സീറ്റുവണ്ണത്തിന്റെ ¼" + 2" = 11"
24-11-25 ലേക്ക് ഷേപ്പ് ചെയ്യുക
സൈഡിൽ ½" കൂട്ടിമുറിക്കുക
ചിത്രത്തിൽ കാണുന്നതുപോലെ സീറ്റിലും കൂട്ടി ഇടുക.
പടി കാൻവാസ് കട്ടിങ് ആണ്. തയ്യലിന് ഉള്ളത് കൂട്ടി ഇടുക (കൂടുതൽ വേണം)

പാന്റ്സ് No 2 സിംഗിൾ പ്ലീറ്റ്

ഇറക്കം - 41"
ഇടഇറക്കം (കാൽ നീളം) -30"
അരവണ്ണം - 32
സീറ്റു വണ്ണം - 36
കാൽ അടിഭാഗം ലൂസ് -15"

മുൻഭാഗം

0-1 - ഇറക്കം (നീളം) പടിക്ക് 1¼" തയ്യലിന് ¼" കുറച്ച് 40"

0-2 - സീറ്റുവണ്ണത്തിന്റെ 1/3 ൽ നിന്നും പടി കഴിഞ്ഞ് 1" കുറച്ച് = 10"

1-3 - കാൽ നീളത്തിന്റെ പകുതി + 2" = 17"
2-4 - സീറ്റുവണ്ണത്തിന്റെ 1/3 = 12"
2-5 - സീറ്റുവണ്ണത്തിന്റെ 1/6 = 6"
4-6 - സീറ്റുവണ്ണത്തിന്റെ 1/12 ൽ നിന്നും 1" കുറച്ച് = 2"
6 ൽ നിന്നും 7 ലേക്ക് ചതുരം വരയ്ക്കുക
6-8 - സീറ്റുവണ്ണത്തിന്റെ 1/6 = 6
2-9 - സീറ്റുവണ്ണത്തിന്റെ 1/12 = 3"
6-10 - 1½" 8 ൽ നിന്നും 10 ൽ കൂടി 4 ലേക്ക് ഷേപ്പ് വരയ്ക്കുക
1-15-2-5-ൽ നിന്നും 1" കുറവ്
15 ൽ നിന്നും 5 ലേക്കും 5 ൽ നിന്നും 12 ലേക്ക് വരയ്ക്കുക
0-13- ½"
7-11- ½"
15-14- കാൽ വണ്ണത്തിന്റെ ¼" = 3 ¾"

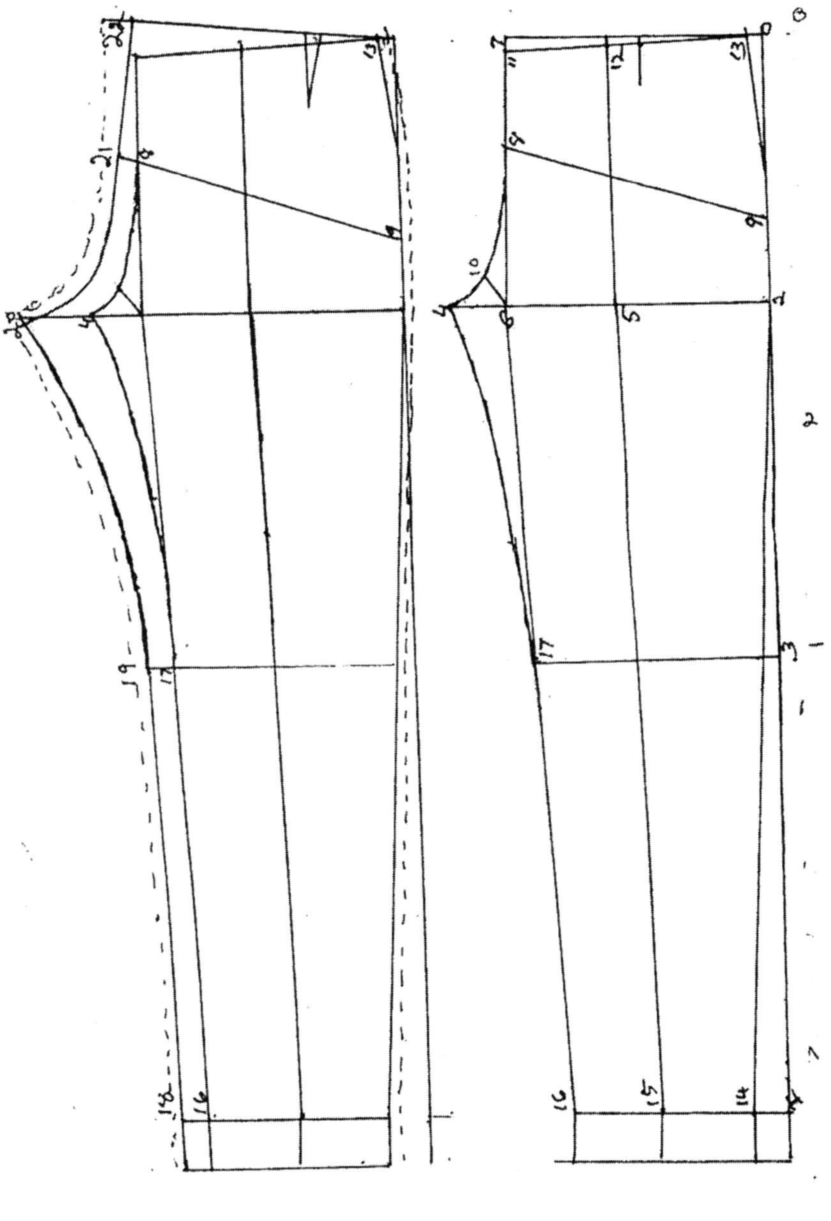

15–16– കാൽ വണ്ണത്തിന്റെ ¼" = 3 ¾"
15 ൽനിന്നും 16 ലേക്ക് വരയ്ക്കുക
താഴെ രണ്ടിഞ്ച് കാൽ മടക്കിന്
16–17 ൽനിന്ന് 4 ലേക്ക് ഷേപ്പ് ചെയ്യുക

പിൻഭാഗം

വെട്ടിയെടുത്ത മുൻഭാഗം പിൻഭാഗത്തിന്റെ മുകളിൽ സൈഡിൽ നിന്നും ½"മാറ്റിവെച്ച് മാർക്ക് ചെയ്യുക.

15–18 = 1"
17–19 = 1"
4 – 20 – സീറ്റുവണ്ണത്തിന്റെ 1/12 = 3"
21–9– സീറ്റുവണ്ണത്തിന്റെ ¼" + 2" = 11"
22–0–7 വരയിൽ നിന്നും 1" മുകളിൽ
13–22 അരവണ്ണത്തിന്റെ ¼" +1 ½"
22–21–20 – ചിത്രത്തിൽ കാണുന്നതുപോലെ ഷേപ്പ് ചെയ്യുക
താഴെ കാൽമടക്കിന്
പിൻഭാഗത്ത് വരയ്ക്ക് പുറത്ത് സൈഡിൽ ½" കൂട്ടിയിടുക
13 ൽനിന്നും 3" മാറ്റി ½" ഡാർട്ട്

അരപ്പട്ട (പടി) വളച്ച് തയ്ക്കുന്നതാണ് നല്ലത്. പഴയ മോഡൽ ആണെന്ന് വിചാരിക്കേണ്ട.

പാന്റ്സ് No. 3പ്ലീറ്റ്ലസ്

നീളം (ഇറക്കം) - 40"
കാൽ നീളം - 30"
ഇടവണ്ണം - 32
സീറ്റുവണ്ണം - 36
കാൽ ലൂസ് (അടിഭാഗം) - 15"
0-1 - നീളം = 1 ½" പടി കുറച്ച് ¼ തയ്യലിന് കൂട്ടുക 38¾"
0-2 - സീറ്റുവണ്ണത്തിന്റെ 1/3 ൽനിന്നും 2 കുറച്ച് = 10"
1-3 - കാൽനീളത്തിന്റെ പകുതിയിൽനിന്നും 2" കൂട്ടുക = 17"
2-4 - സീറ്റുവണ്ണത്തിന്റെ 1/3 = 12"
4-5 - സീറ്റുവണ്ണത്തിന്റെ 1/12 = 3"
5 ൽ നിന്നും 0-8 ലേക്ക് നേർവര
5-7-2" - 5-15- സീറ്റുവണ്ണത്തിന്റെ 1/16 - 6"
2-16 - സീറ്റുവണ്ണത്തിന്റെ 1/16 ൽനിന്നും 1" കുറവ് = 5"
6 ൽ നിന്നും താഴെ ഒമ്പതിലേക്കും മുകളിൽ പത്തിലേക്കും നേർവര
9-11 -കാൽ വണ്ണത്തിന്റെ ¼ = 3 ¾"
9-12 - കാൽവണ്ണത്തിന്റെ ¼ = 3 ¾"
0-17- ½"- 3-14-1"
11 ൽനിന്നും 14-2-17 ലേക്ക് ഷേപ്പ്ചെയ്യുക.
5 ൽനിന്നും 12 ലേക്ക് നേർവര
12 ൽനിന്നും -13-4 ലേക്ക് ഷേപ്പ് ചെയ്യുക.
8 ൽനിന്നും -15-7 ൽ കൂടി 4 ലേക്ക് ഷേപ്പ് ചെയ്യുക.
പോക്കറ്റ് 4"
കാൽമടക്കിന് 2"

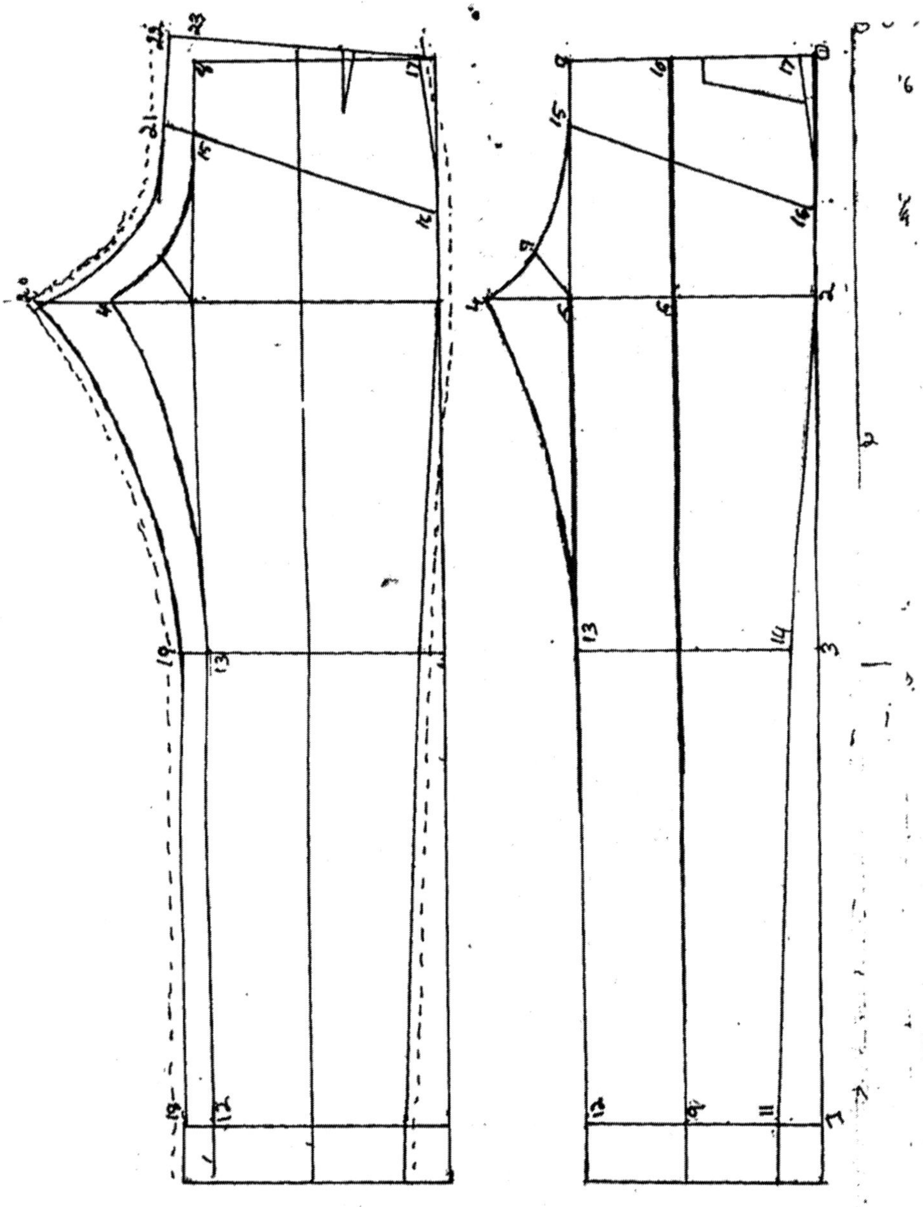

പിൻഭാഗം

വെട്ടിയെടുത്ത മുൻഭാഗം പിൻഭാഗത്തിന്റെ മുകളിൽ സൈഡിൽ നിന്നും അര ഇഞ്ച് മാറ്റി വെച്ച് മാർക്ക് ചെയ്യുക.

4-20 - സീറ്റുവണ്ണത്തിന്റെ 1/12 = 3"

12-18-1"

13-19-1"

21-16- സീറ്റുവണ്ണത്തിന്റെ ¼" ൽനിന്നും + 1" = 10"

8-23-1"

17-22 - അരവണ്ണം + 1" -9"

സൈഡിൽനിന്നും 3" മാറി പിന്നിലെ ഡാർട്ട്

ചിത്രത്തിൽ കാണുന്നതുപോലെ ഷേപ്പ് ചെയ്യുക.

വരയ്ക്ക് പുറത്ത് രണ്ട് സൈഡിലും സീറ്റിന്റെ സൈഡിലും അര ഇഞ്ചു കൂടുതൽ വെച്ച് വെട്ടുക.

തയ്യലിനുള്ളത് വരയ്ക്കകത്തു തന്നെയുണ്ട്.

പ്ലീറ്റ്ലസ് പാന്റിന് പുറമേക്ക് മടക്കിയും തയ്ക്കാം.

ജീൻസ്

40-30-32-36-15-

0-1 - നീളം 1½" പടിക്ക് കുറയ്ക്കുക. തയ്യലിന് ¼" കൂട്ടുക 38 ¾"

0-2 - സീറ്റുവണ്ണത്തിന്റെ 1/3 ൽനിന്നും 2" കുറയ്ക്കുക = 10"

1-3 - കാൽ നീളത്തിന്റെ പകുതി + 2" - 7"

2-4 - സീറ്റു വണ്ണത്തിന്റെ 1/3 = 12"

4-5- സീറ്റുവണ്ണത്തിന്റെ 1/12 = 3"

5 ൽനിന്നും 8 ലേക്ക് നേർവര

5-7-2"

2-6- സീറ്റുവണ്ണത്തിന്റെ 1/6 ൽനിന്നും 1" കുറവ് = 5"

5-ൽനിന്നും 12 ലേക്ക് നേർവര

6 ൽനിന്നും 6 ബി - 10 - ലേക്ക് നേർവര

10-11 കാൽ വണ്ണത്തിന്റെ ¼ - 3 ¾

10-12 ബി കാൽവണ്ണത്തിന്റെ ¼ - 3 ¾

3-14-1"

14- 6 ബി - 4"

6 ബി - 13-4"

12 ബിയിൽ നിന്നും 13 ൽ കൂടി 4 ലേക്ക് ഷേപ്പ് ചെയ്യുക.

0-17- ½"

11-14-2-7 ലേക്ക്

1-1 ബി കാൽ മടക്കിന് 2"

8-7-4 കീഴ്ഭാഗം വരയിൽ കൂടി മുറിക്കുക. മുകൾ വശം കുത്തിട്ടതു കൂടി മുറിക്കുക, സിബ് വയ്ക്കുന്നതിന്.

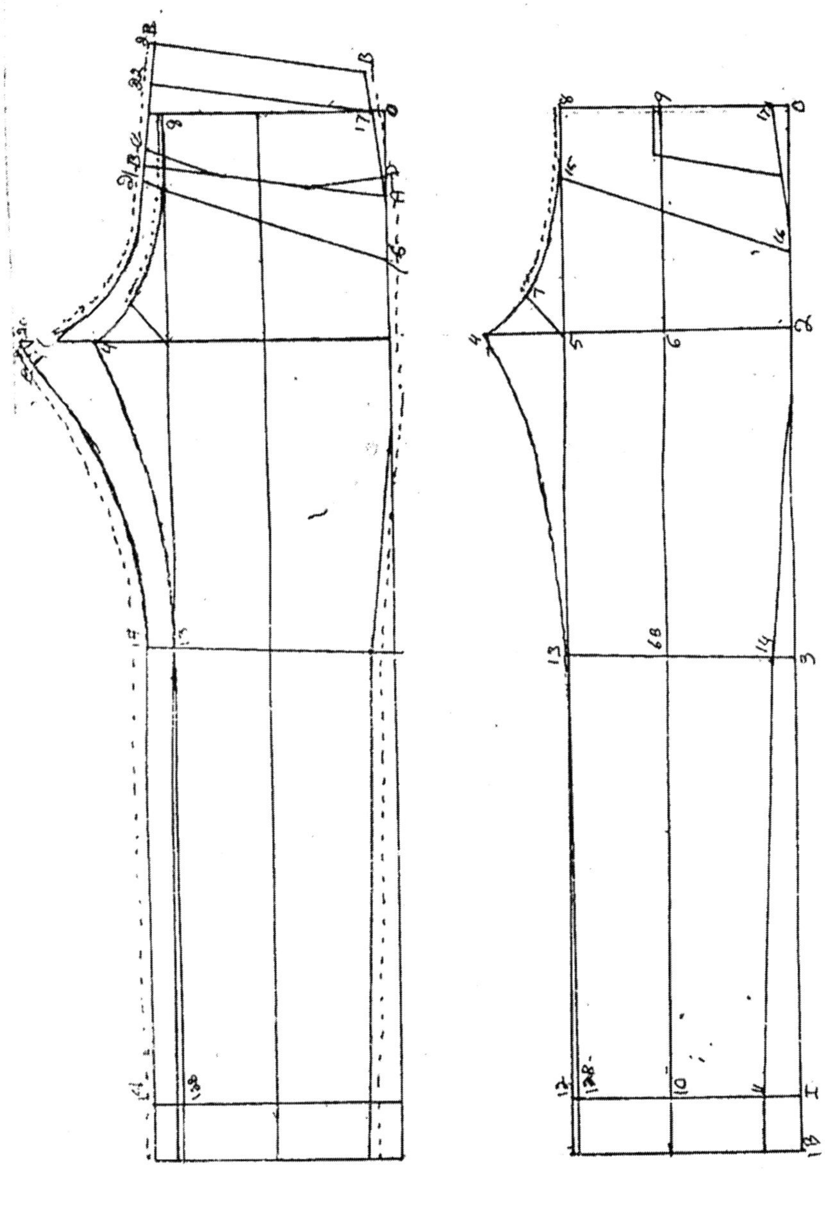

പിൻഭാഗം

4-20- സീറ്റുവണ്ണത്തിന്റെ 1/12 = 13"
12 ബി - 18-1"
13-19-1"
21-16- സീറ്റുവണ്ണത്തിന്റെ ¼"+ 1" = 10"
17-22 ഇടവണ്ണത്തിന്റെ ¼ + 1" - 9"
8-22-1"
ബി-22-3"
എ-0-3"
0-ബി-1¼" തയ്യലിന്
22-23-1¼" തയ്യലിന്
എ- ബി മുറിക്കുക
സി - ½" മുറിച്ചുകളയുക
ഡി - ½" മുറിച്ചുകളയുക. പുറത്തേക്ക് മടക്കി തയ്ക്കുക
20- ബി ¼" സാധാരണ പാന്റ്സ് പോലെ
ബി - സി - 1"
19 ഇ യെ തേപ്പുപെട്ടി ഉപയോഗിച്ച് തേച്ച് ബി ലേക്ക് നീട്ടുക
രണ്ട് വശവും കുത്തിട്ടിടത്തു കൂടി മുറിക്കുക
മുകളിലെ പീസ് കുത്തിൽ കൂടി മുറിക്കുക.
18-19-20 മുൻഭാഗം ചേർന്ന് പുറത്തേക്ക് മടക്കി തയ്ക്കുക.

പിന്നീട് 7 മുതൽ 4-20-22 വരെ പുറത്തേക്ക് മടക്കി തയ്ക്കുക. പിന്നീട് വശങ്ങളും പുറത്തേക്ക് മടക്കി തയ്ക്കുക.

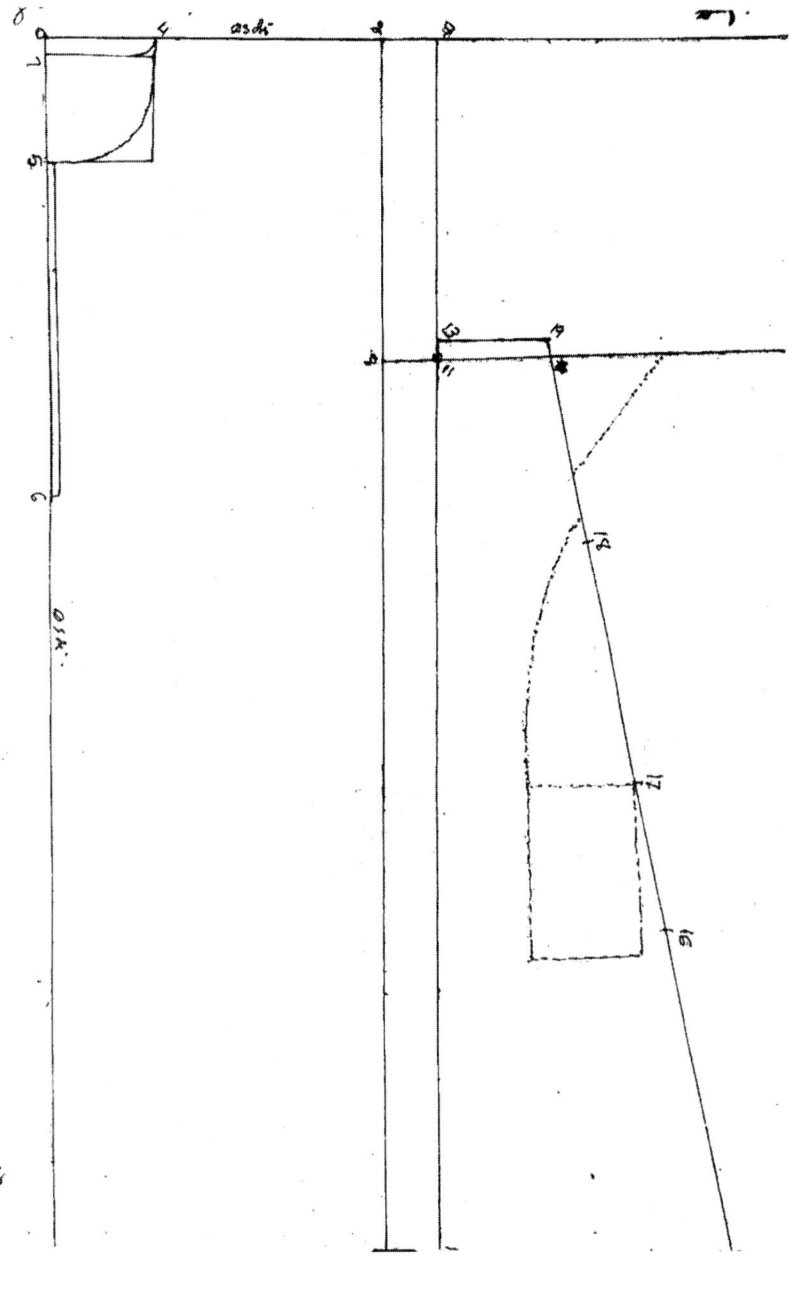

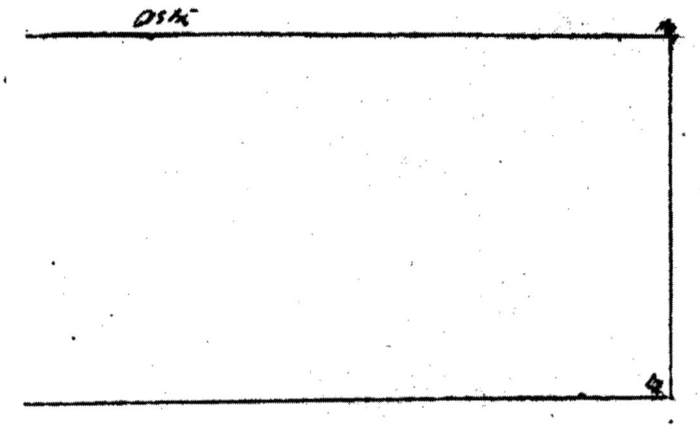

പഞ്ചാബി ജുബ്ബാ

അളവ്

ഇറക്കം - 32
ഷോൾഡർ -18"
നെഞ്ചുവണ്ണം -36
അരവണ്ണം -32
കൈനീളം -24
കഴുത്ത് വണ്ണം -15
0-1-നീളം + $\frac{3}{4}$"= 32 $\frac{3}{4}$"
0-2 - തോൾ വീതി +$\frac{1}{4}$" = 9$\frac{1}{4}$"
1-3-0-2-
0-4 - കഴുത്തുവണ്ണത്തിന്റെ 1/6 + $\frac{1}{2}$"= 3"
0-5 - കഴുത്തുവണ്ണത്തിന്റെ 1/6 + $\frac{1}{2}$" = 3"
കഴുത്തു ചിത്രത്തിൽ കാണുന്നതുപോലെ ഷേപ്പ് ചെയ്യുക.
0-6- നെഞ്ചുവണ്ണത്തിന്റെ 1/3 = 12 പടി ൽ നിന്നും 0-5- കുറവ് = 9"
2-8 - നെഞ്ചുവണ്ണത്തിന്റെ $\frac{1}{4}$" ൽനിന്നും $\frac{1}{2}$" കുറവ് = 8 $\frac{1}{2}$"

പിൻഭാഗം

0-7 - $\frac{1}{2}$" = അര ഇഞ്ച്
പിൻകഴുത്ത് ഷേപ്പ് ചെയ്യുക

കൈ

9-10 - കൈനീളം + 1" = 25"

9-11 = കൈവണ്ണം ഉടലിന്റെ 2-8
12-10-9-11 ൽ നീളം ½" കുറച്ച്

കലി (സൈഡ് പീസ്)

13-14 - ഉടലിന്റെ 8-3+ ½" തയ്യലിന്
13-19 - നെഞ്ചുവണ്ണത്തിന്റെ 1/12 = 3"
19 ൽ നിന്നും 15 ലേക്ക് വരയ്ക്കുക
15-16 = 9" - 16 - 17 -4" - 17- 18- 6 ½" പോക്കറ്റിന്
കക്ഷം - നെഞ്ചുവണ്ണത്തിന്റെ 1/12 (അധികം) + ½" = 3½"

ഇത് ചിത്രത്തിൽ കാണുന്നത് പോലെ വേണമെന്നില്ല. ഉടലും കൈയും കലിയും (സൈഡ്) ഓരോന്നായി മാർക്ക് ചെയ്ത് വെട്ടിയെടുക്കാം. എളുപ്പം മനസ്സിലാക്കാൻ വേണ്ടി ഒരുമിച്ച് വരച്ചു എന്ന് മാത്രം.

2-8-3-14 ചേർത്തു തയ്ക്കുക.

ബംഗാളി ജുബ്ബാ

അളവ്

ഇറക്കം - 32
ഷോൾഡർ -18
നെഞ്ചുവണ്ണം -36
ഇടവണ്ണം -32
കൈനീളം -24
കഴുത്തുവണ്ണം -15
0–1– ഇറക്കം + 1½" + 33½"
0–2 - നെഞ്ചുവണ്ണത്തിന്റെ ¼" + 1" = 10"
0–3 - 1" പിൻകഴുത്ത് പൈപ്പിങ്ങിന്
0–4 - ഇട ഇറക്കം - 16"
0–5 - തോൾ വീതി + ¼" = 9¼
5–6–2" തോൾ ഇറക്കത്തിന്
0–7 - കഴുത്തു വണ്ണത്തിന്റെ 1/6 + ¾" = 3¼"
7–8 മുൻഭാഗം 1" കുറച്ച്
3–8 - കഴുത്തുവണ്ണത്തിന്റെ 1/6 + ½" - 3"
ആറിൽ നിന്നും 8 ലേക്ക് വരയ്ക്കുക
8–9–3"
9–10– ചതുരം വരച്ച് മുൻ കഴുത്ത് ഷേപ്പ് ചെയ്യുക
10–11 - മുൻപടിക്ക് 10"
2–12 - നെഞ്ചുവണ്ണത്തിന്റെ ¼" + 3 = 12"
1–13–5–5 ൽ നിന്നും 13 ലേക്ക് നേർവര
6 ൽ നിന്നും 12 ലേക്ക് കൈക്കുവേണ്ടി ഷേപ്പ് ചെയ്യുക.

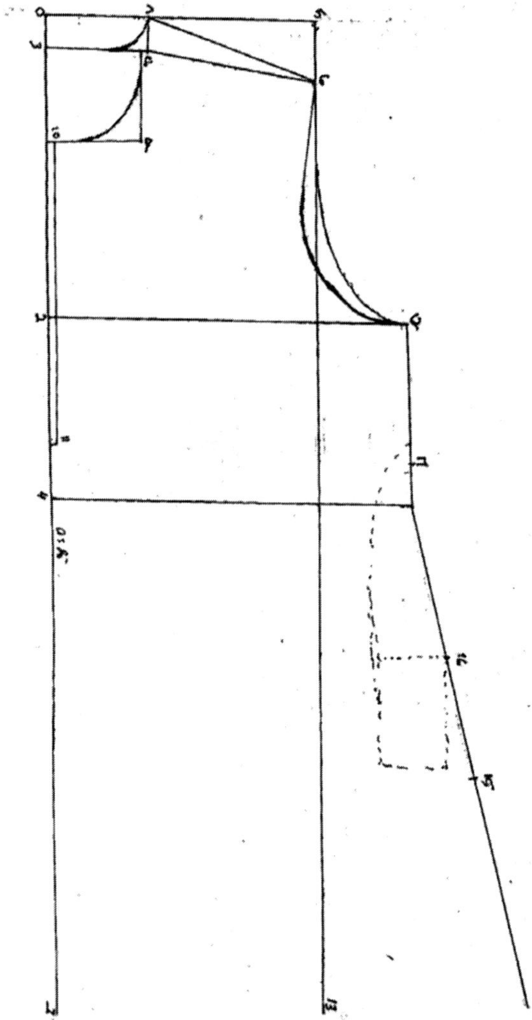

13–14–1–13 ൽ നിന്നും 2" കുറവ്

14–15–8"–15–16–4

16–17–6 ½" പോക്കറ്റിന്

കൈ

0–1–കൈ നീളം + 1½"

0–2 – നെഞ്ചുവണ്ണത്തിന്റെ ¼" = 9"

2–3– നെഞ്ചുവണ്ണത്തിന്റെ 1/12 ൽ നിന്നും ½" കുറച്ച് 2½"

1–4–0–2 ൽ നിന്നും 1" കുറവ്

ചിത്രത്തിൽ കാണുന്നതുപോലെ ഷേപ്പ് ചെയ്യുക.

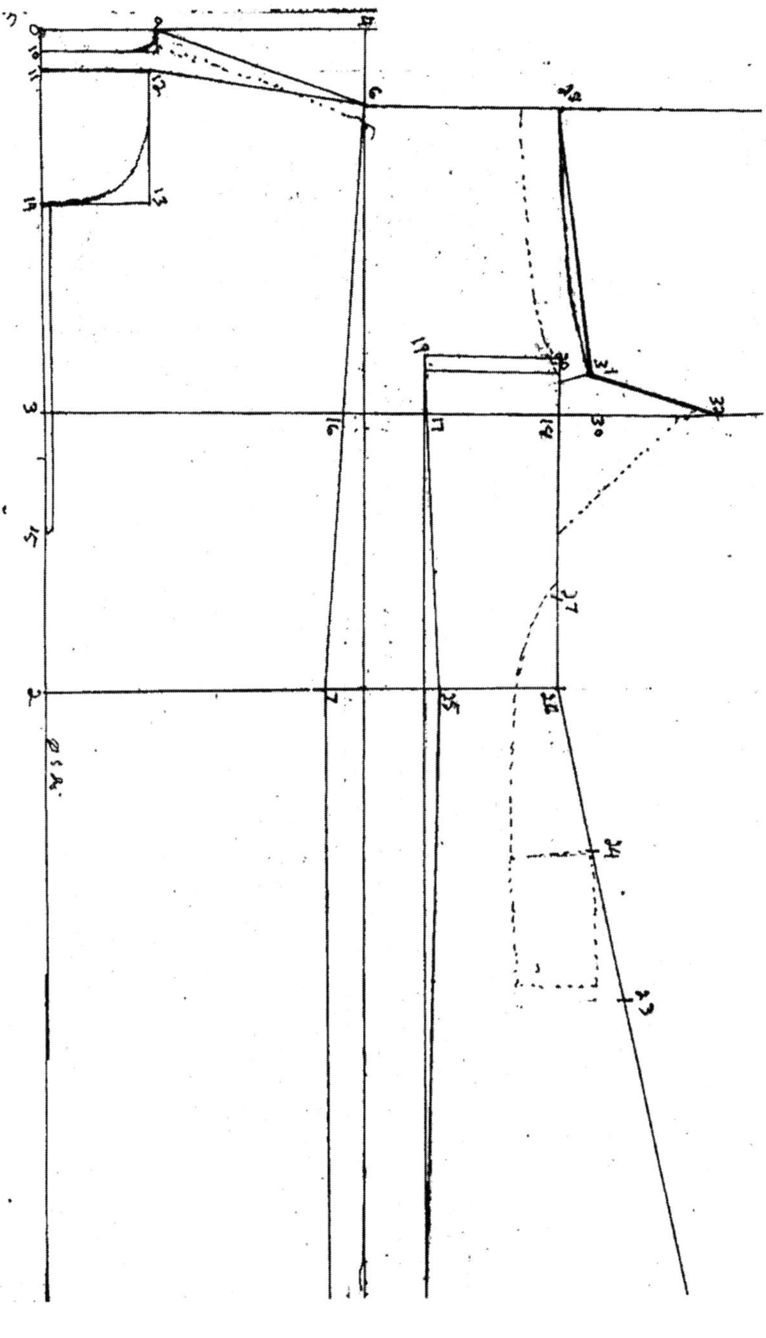

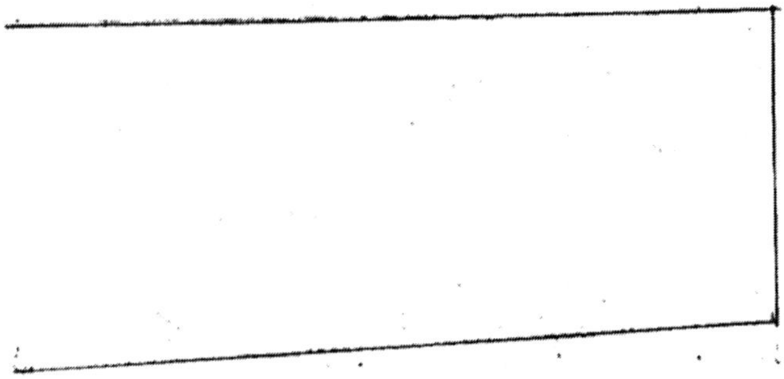

മലയാളി ജുബ്ബാ

കൈയിലും തോളിലും (ഷോൾഡറിൽ) കാണുന്ന മാർക്ക് (കുത്തുകൾ) അകത്ത് ചെറിയ പടിക്ക് മനസ്സിലാക്കാൻ എളുപ്പത്തിനു വേണ്ടിയാണ് ഒരുമിച്ച് വരച്ചിരിക്കുന്നത് (കൈയും ഉടലും)

അളവ്

ഇറക്കം - 32
ഷോൾഡർ - 18
ജുബ്ബാക്ക് കുറച്ച് മതി
നെഞ്ചുവണ്ണം - 36
ഇടവണ്ണം - 32
0-1 - ഇറക്കം + 1 ½" = 33 ½"
0-2 - ഇട ഇറക്കം - 16"
0-3 - നെഞ്ചുവണ്ണത്തിന്റെ ¼" + 1" = 10"
0-4 തോൾ വീതി 18 ൽ നിന്നും 1" കുറച്ച് 17 (8 ½"+ ¼" = 8 ¾")
1-5-0-4 ൽനിന്നും 5 ലേക്ക് നേർവര
4-6-2" 2-7-0-4 ൽനിന്നും 1" കുറവ്. 6 ൽ നിന്നും 7 ലേക്ക് വരയ്ക്കുക.
7-8 ലേക്ക് നേർവര
0-9 കഴുത്തുവണ്ണത്തിന്റെ 1/6 + ¾"= 8¾"
9 ൽനിന്നും 6 ലേക്ക് വരയ്ക്കുക
0-10 -½" = 10 ൽനിന്നും പിൻകഴുത്ത് 9 ലേക്ക് ഷേപ്പ് ചെയ്യുക.
0-11-1"-11-12 കഴുത്തുവണ്ണത്തിന്റെ 1/6 + ½" = 3"
12-13 - കഴുത്തുവണ്ണത്തിന്റെ 1/6 + 1" = 3½"

14-15 - നെഞ്ചുവണ്ണത്തിന്റെ 1/3 ൽനിന്നും (മുൻകഴുത്ത് $3\frac{1}{2}$") കുറച്ച് $8\frac{1}{2}$" മുൻപടി കലി.

3-16 - $8\frac{1}{4}$" + സൈഡ് പീസ് (കലി) $3\frac{1}{2}$" = ($8\frac{1}{4}$- $3\frac{1}{2}$) $11\frac{3}{4}$ ലൂസിന്

19-20 - $3\frac{1}{2}$" 18-20 - $1\frac{1}{2}$" (അര ഇഞ്ച് തയ്യലിന്)

20-26 - നേർവര 19-21 നേർവര

21-22-1-8 ൽനിന്നും 1" കുറവ്

22-23 - ഇറക്കത്തിന് $\frac{1}{4}$" സൈഡ് ഓപ്പൺ 8"

23-24-4" 24-27 $6\frac{1}{2}$" പോക്കറ്റ്

26-25-19-20 ൽ നിന്നും $\frac{1}{2}$" കുറവ് 3"

കൈ

28-29 - കൈ നീളം + 1" - 25"

28-30 കൈവണ്ണം = 6 - 16 - 8"

30-31 - കൈവണ്ണത്തിന്റെ 1" കുറവ് = 7"

31-32 - $3\frac{1}{2}$" (കലി)

29-33 - കൈവണ്ണം 8" ൽ നിന്നും 1" കുറവ് = 7"

32- 33 ലേക്ക് വരയ്ക്കുക. കക്ഷം 3" ചതുരം.

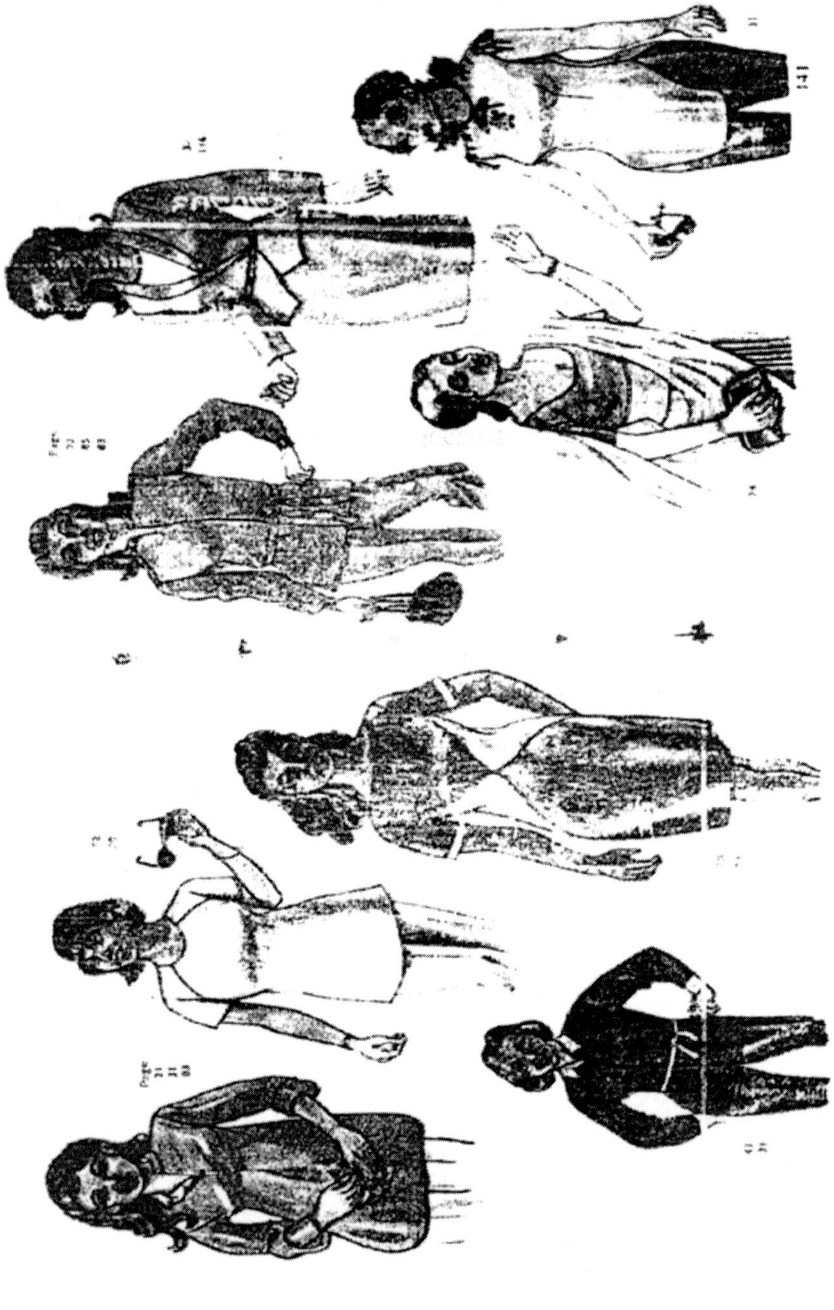

കോട്ടിന് അളവെടുക്കുന്ന വിധം

ഇറക്കം - പുറകിൽ കോളർ മുതൽ സീറ്റിനു താഴെ വരെ

ഇട ഇറക്കം- പുറകിൽ കോളർ മുതൽ കഴുത്തുവണ്ണം കുറഞ്ഞ അരഭാഗം വരെ.

കോട്ട് തയ്ക്കുന്നതിന് അറിയുന്നവരുടെ കൂടെ നിന്നും പഠിക്കേണ്ട താണ്.

തോൾ വീതി - പുറകിൽ നടുഭാഗത്തുനിന്നും ചിത്രത്തിൽ കാണുന്നതു പോലെ. വണ്ണം സാധാരണ പോലെ

കൈ - മുൻപിലെ ജോയിന്റിൽനിന്നും കൈക്കുഴവരെ.

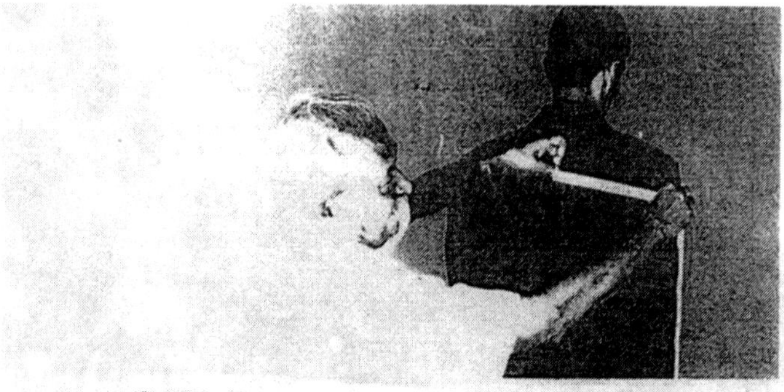

കോട്ടിന്റെ കൈ

0-1 - നെഞ്ചുവണ്ണത്തിന്റെ 1/8 + 4 = $8\frac{1}{2}$"

00-2-0-1 ന്റെ പകുതി

0-3 നെഞ്ചുവണ്ണത്തിന്റെ 1/8 + $1\frac{3}{4}$ = $6\frac{1}{4}$"

3-3-ബി - $\frac{3}{4}$"

1-4-0-3-ന്റെ 1/3 = 2"

5-2-3 ബി യുടെ പകുതി

3-6- കൈ നീളം മുൻവശം 18"

6-7 = $1\frac{1}{4}$"

6-8 - കൈ ലൂസ് + 1" മിനിമം 6"

4-4 ബി 1" - 8-9-3-6 ന്റെ പകുതി + $\frac{1}{2}$"

കോളർ

0-1-3" 0-2-$1\frac{1}{4}$"

0-3- കഴുത്തു വണ്ണത്തിന്റെ പകുതി + $1\frac{1}{4}$ = $7\frac{3}{4}$"

3-4-$1\frac{1}{4}$" 4-4 ബി - $\frac{1}{4}$" 5-5-ബി- $\frac{1}{4}$" 5-5 ഇ - $\frac{1}{4}$"

4 ബി - യിൽനിന്നും 6 ലേക്ക് ഷേപ്പ് ചെയ്യുക. കോട്ട് തയ്ച്ചതിനു ശേഷം കഴുത്ത് അളന്നു നോക്കി ഷേപ്പ് കണക്കാക്കി കോളർ മുറിക്കുന്നതായിരിക്കും നല്ലത്.

കോളർ

0-1-3"

0-2 - $1\frac{1}{4}$

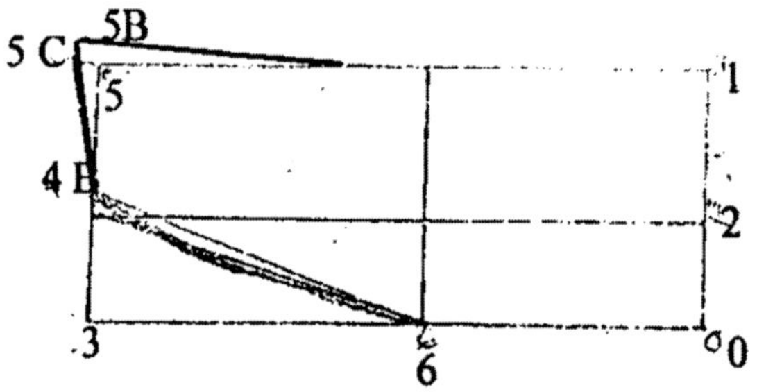

0–3– കഴുത്തു വണ്ണത്തിന്റെ പകുതി + $1\frac{1}{4}$" = $7\frac{3}{4}$"

3–4 – $1\frac{1}{4}$"

4 – 4 ബി – $\frac{1}{4}$"

5–5 ബി –$\frac{1}{4}$"

5–5സി – $\frac{1}{4}$"

4 ബി – യിൽനിന്നും 6 ലേക്ക് ഷേപ്പ് ചെയ്യുക. കോട്ട് തയ്ച്ചതിനു ശേഷം കഴുത്ത് അളന്നു നോക്കി ഷേപ്പ് കണക്കാക്കി കോളർ മുറിക്കുന്നതായിരിക്കും നല്ലത്.

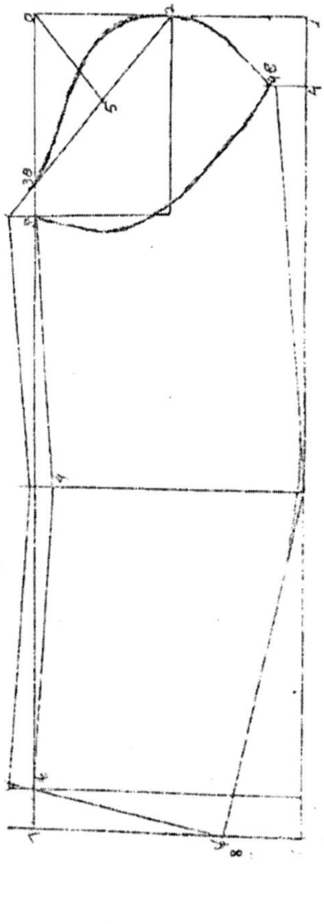

കോട്ട്

അളവുകൾ

ഇറക്കം - 28
ബാക്ക് - 8
നെഞ്ചുവണ്ണം - 36
ഇടവണ്ണം - 32
സീറ്റുവണ്ണം - 38(40)
മുൻകൈ - 18
0–1 നെഞ്ചുവണ്ണത്തിന്റെ ¼" = 9"
0–2 ഇടഇറക്കം 16"
0–3 - ഇടഇറക്കം + 8" = 24"
0–4 - ഇറക്കം + ½"+ 28 ½"
2–2 ബി = ¾"– 2 ബി - 2 സി = 7¾"
4– 4 ബി = 1" - 4 ബി - 4 സി = 7¼"
0–5 - നെഞ്ചുവണ്ണത്തിന്റെ 1/16 + 1" = 3¼"
5–6 = 0–5 - ന്റെ 1/3 = 1"+ ഒരു പോയിന്റ്
0–7 - ബാക്ക് വീതി + ½"
7–8 - 1"
7 ൽ നിന്നും 1 ബി യിൽ കൂടി താഴെ 2 സി യിലേക്ക് നേർവര
8–8 ബി - 1" ന് ഒരു പോയിന്റ് കുറവ്
5– ൽനിന്നും 6 ലേക്കും 8 ബി യിലേക്കും വരയ്ക്കുക
9–1 ബി - 7 ബി യുടെ ¼" ൽനിന്നും ഒരു പോയിന്റ് കുറവ്
9–9 ബി - 1"

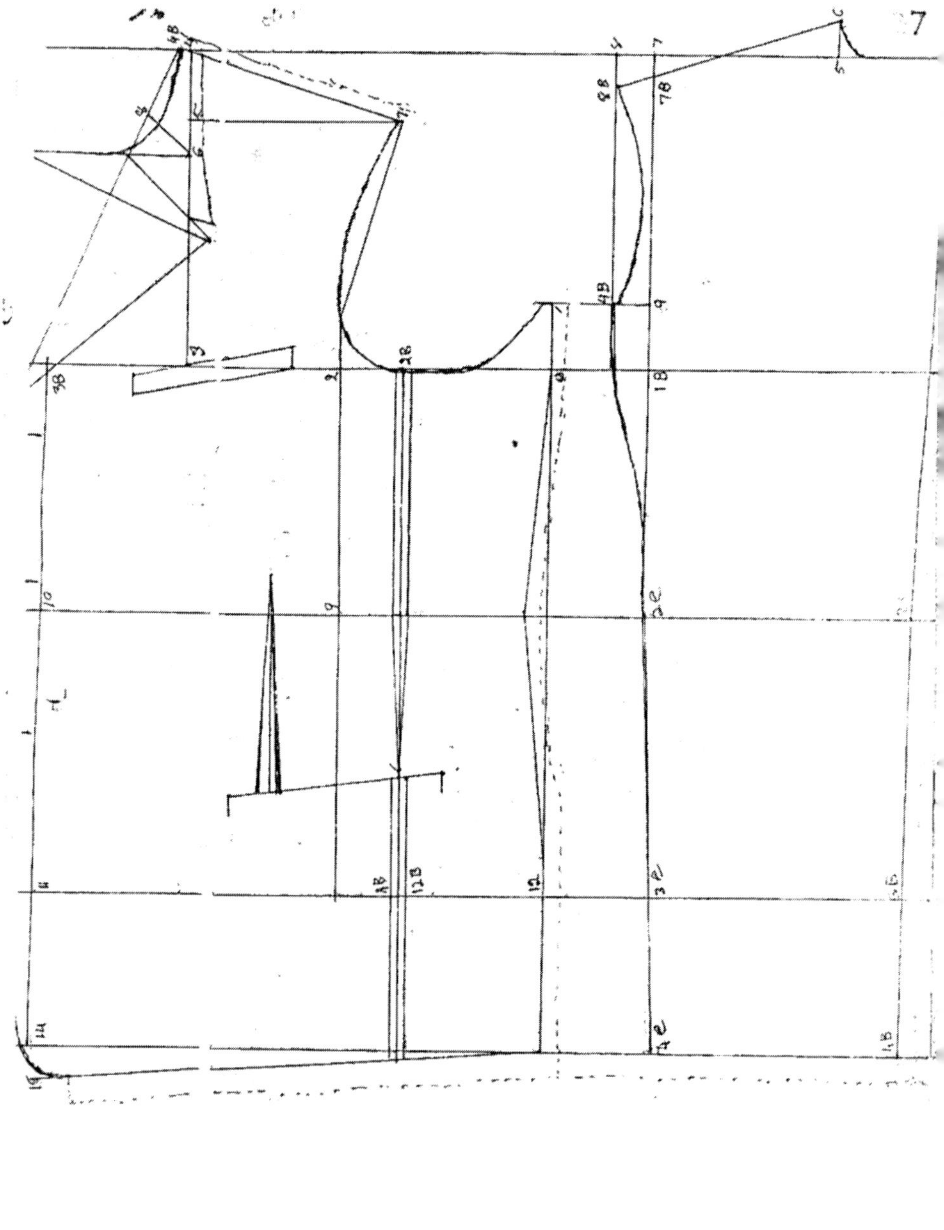

അടിവശം മടക്കിന് 1½" കൂട്ടിയിടുക. പിൻവശം 1" കൂട്ടിയിടുക. പിൻവശം (ഭാഗം) 0-4 ബി വരയിൽ കൂടിയാണ് തയ്ക്കേണ്ടത്.

മുൻഭാഗം

0-1 ബാക്കിന്റെ 9 ബിക്ക് സമം. താഴേക്ക് നേർവര

0-2 - നെഞ്ചുവണ്ണത്തിന്റെ 1/8 + 1½" = 6"

2-3 - നെഞ്ചുവണ്ണത്തിന്റെ ¼ ൽനിന്നും ½"കുറവ്

3 ബി - 4 - നെഞ്ചുവണ്ണത്തിന്റെ ¼" = 9"

4-5 - സാധാരണ ഷോൾഡർ ഷേപ്പ് = 2"

4-7- പിൻഭാഗത്തെ ഷോൾഡറിൽനിന്നും ½" കുറവ്

6-4-3 ബി യുടെ 1/3 = 2"

6-8 = 1½" - 4-4 ബി = ¾"

2-2 ബി = 1¾" - 2 ൽനിന്നും ഇട ഇറക്കത്തിന്റെ 9 ലേക്ക് നേർവര

9-10-2-3-10-10 ബി = 1"

11-12 സീറ്റുവണ്ണത്തിന്റെ പകുതിയിൽനിന്നും പിൻഭാഗത്തിന്റെ 3 ബി - 3 ഇ കുറവ്

2 ബിയിൽ നിന്നും നേർവര 11-12 ലേക്ക്

11 ബി - 12 ബി = ¾"- 13 - 14 = പിൻഭാഗത്തിന്റെ 4 ബി - 4 ഇ കുറവ്

14-15 = 1" ഓവർ ലാപ്പിങ് (കയറിക്കിടക്കാൻ) 10-10 ബി -ഒരു പോയിന്റ് കുറച്ചായാലും മതി. 3½"

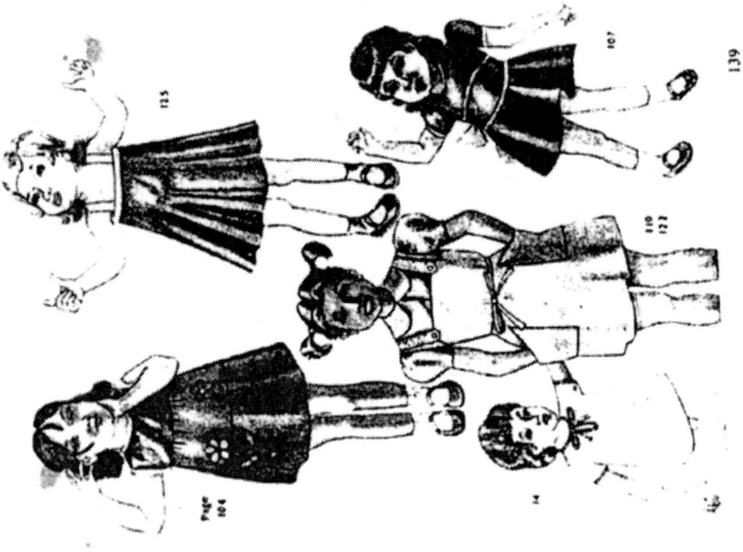

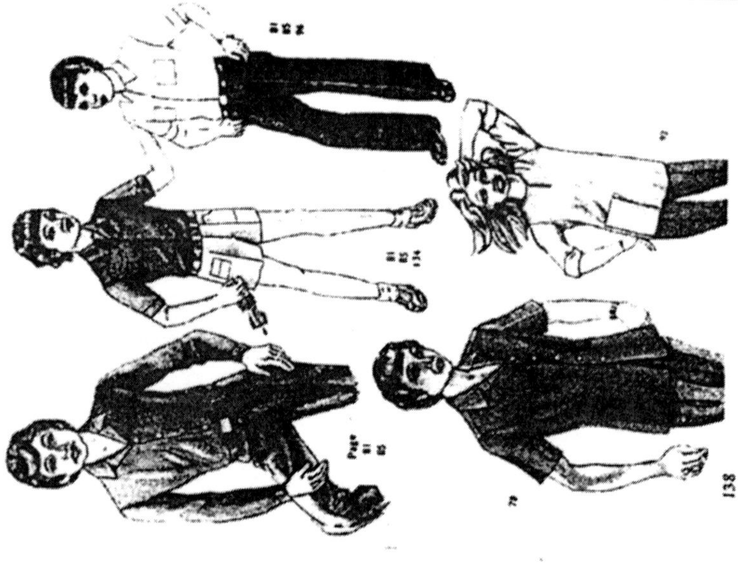

സഫാരി സൂട്ട്

അളവ്

ഇറക്കം - 28
ബാക്ക് - 16 (8) പകുതി
നെഞ്ച് വണ്ണം - 36
ഇടവണ്ണം - 32
സീറ്റു വണ്ണം - 38
കഴുത്ത് - 15
കൈ (ഹാഫ്) - 11

പിൻഭാഗം

0-1 - നെഞ്ചുവണ്ണത്തിന്റെ ¼" - 9"
0-2 ഇട ഇറക്കം - 16"
0-3 - ഇട ഇറക്കം + 8" - 24"
0-4 - ഇറക്കം + ½" = 28½
0-5 - നെഞ്ചുവണ്ണത്തിന്റെ 1/16 + 1" = 3¼"
5-6 0-5 ന്റെ 1/3 + ഒരു പോയിന്റ് 1-1
0-7 - ബാക്ക് വീതി + ½" + 8½"
7-8 - 1" 7 ൽ നിന്നും താഴേക്ക് 1 ബി വരെ നേർവര
8-8 ബി - 1", 5-ൽ നിന്നും 6 ലേക്കും 8 ബി യിലേക്കും വരയ്ക്കുക.
9-1 ബി - 7 ബി യുടെ ¼" ന് ഒരു പോയിന്റ് കുറവ്
9-9 ബി - 1"-2-2ബി ¾" - 4-4 ബി - 1"
കോളർ കോട്ടുപോലെതന്നെ വേണം. സൈഡോ ബാക്കോ ഓപ്പൺ

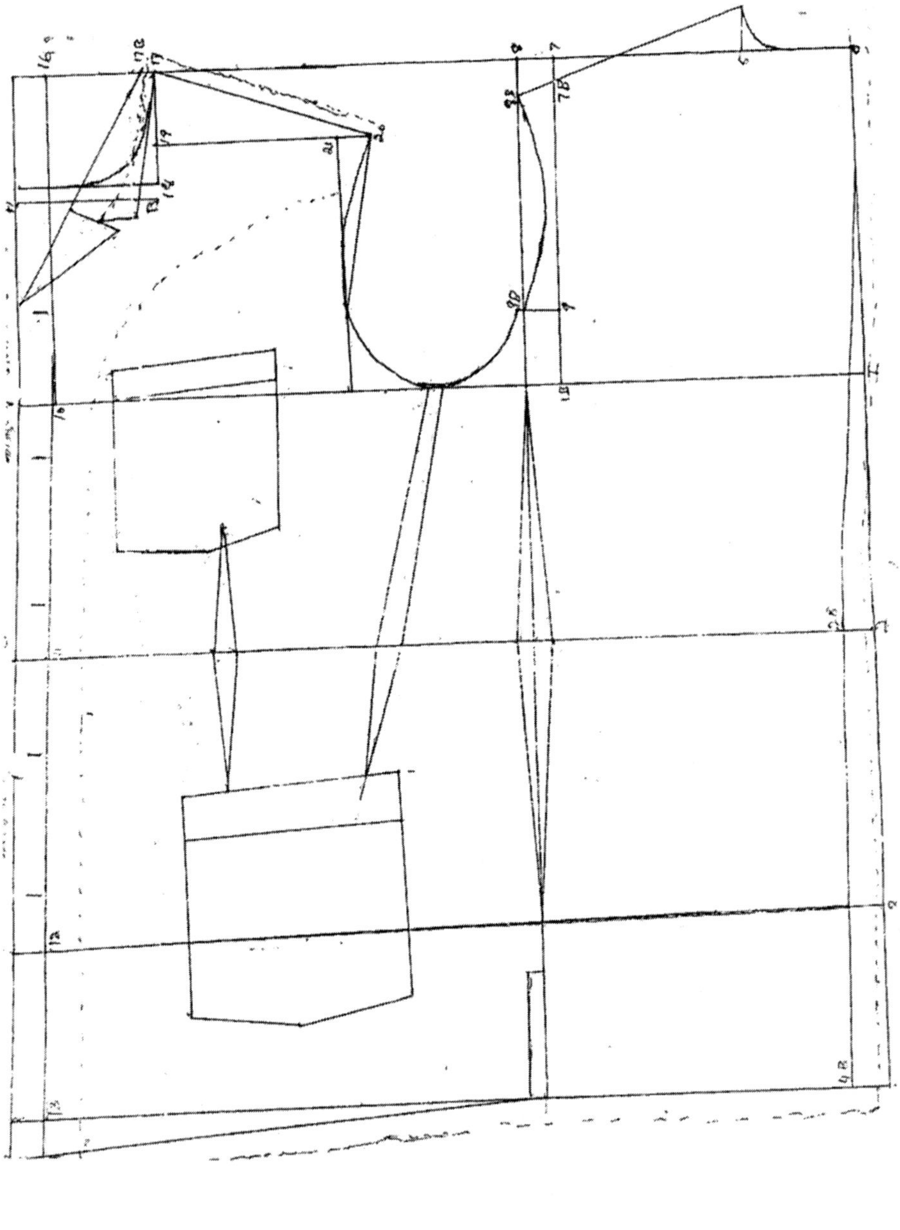

ചെയ്യാം. ഇറക്കം കൂട്ടി കോട്ടിന്റെ കോളർ വച്ചാൽ നേഴ്സിങ് യൂണിഫോം ആകും. അതിന് കഴുത്തിന്റെ മുൻഭാഗം ½" ഇറക്കി വെട്ടണം.

(A-B) കോളറും A-Bയിൽ വെട്ടണം. മുൻഭാഗം ബട്ടൺ 1" താഴേക്ക് മാറ്റണം. (കഴുത്ത് ഇറക്കം കൂട്ടണം) ഹൈതെക്കം കോട്ടിന്റെ കൈയും വച്ചാൽ സ്റ്റാർ ഹോട്ടലിലെ സപ്ലൈയറുടെ യൂണിഫോം ആകും.

മുൻഭാഗം പിൻഭാഗം ചേർത്ത്

1-ൽ നിന്നും 10 ലേക്ക് നേർവര.

1-1 ബി-10 - നെഞ്ചുവണ്ണത്തിന്റെ ½" +5 ലൂസിന് = 23"

2-11-23½" - 3-12-23½"

4-13-24"

13-14-1" മുൻഭാഗം ഇറങ്ങിക്കിടക്കുന്നതിന്

0-16 - നെഞ്ചുവണ്ണത്തിന്റെ ¼"= 9"

16-17 - കഴുത്തുവണ്ണത്തിന്റെ 1/6 + ½"= 3"

17-17 ബി - ¼"

17-19 - ഷോൾഡർ ഷേപ്പ് = 2"

17-20 - പിൻഭാഗം ഷോൾഡറിന്റെ (6-8 ബി) യിൽ നിന്നും ½" കുറവ് = 6"

20-21-1" നേർവര താഴേക്ക്

ചിത്രത്തിൽ കാണുന്നതുപോലെ റീഗാൾ ഷേപ്പ് ചെയ്യുക.

ഡാർട്ടുകളും പോക്കറ്റും മാർക്ക് ചെയ്യുക.

0-4 വരെ വരയിൽക്കൂടി തന്നെ തയ്ക്കണം. ബാക്കി എല്ലായിടത്തും വരയ്ക്കുള്ളിൽ തയ്യലിനുള്ള സ്ഥലം ഉണ്ട്. അടിഭാഗം 1½" മടക്കി തയ്ക്കാൻ കുത്തിട്ടിരിക്കുന്നു. കുത്തിട്ടിരിക്കുന്നിടത്ത് എല്ലാം കൂട്ടിയിടണം. മുൻഭാഗം പടിയല്ല. വേറെ തുണി അടിച്ചുമറിക്കേണ്ടതാണ്. അതിനാണ് കുത്തിട്ടിരിക്കുന്നത്.

കോട്ടിന്റെ തന്നെ കണക്കും കട്ടിങ്ങും ആയതുകൊണ്ട് തയ്ക്കുന്ന ആളിന്റെ മനോധർമ്മം അനുസരിച്ച് ചെറിയ മാറ്റം വരുത്തിയാൽ ഏതൊരു യൂണിഫോമിനും ഈ കണക്കു മതിയാകും. പിൻഭാഗം ഷോൾഡർ അര ഇഞ്ച് കൂട്ടി ഇട്ടിരിക്കുന്നത് ഞെരുക്കി അടിച്ച് കുറയ്ക്കണം. (ഒപ്പമാക്കണം)

കൈ സഫാരി (ബുഷ്) നീളം 11"

0–1 നെഞ്ചുവണ്ണത്തിന്റെ ¼" = 9"

0–2 കൈ നീളം + ½" = 11½"

0–3–0–1 ന്റെ പകുതി

0–4–0–3 – ൽനിന്നും ½"കുറവ്

4 – ൽനിന്നും 3–5 ലേക്ക് ചതുരം വരയ്ക്കുക.

1– 1 ബി –½" – 1– 6 = 0–2

6–7–1¼" – 7 – 7 ബി – ½"

7– 7 ബി യിൽനിന്നും 6 ബി യിലേക്ക് വരയ്ക്കുക. ചിത്രത്തിൽ കാണുന്നതുപോലെ ഷേപ്പ് ചെയ്യുക. കൈയുടെ മുകൾ ഭാഗം 0–1 അല്പം ഇറുക്കി അടിക്കണം.

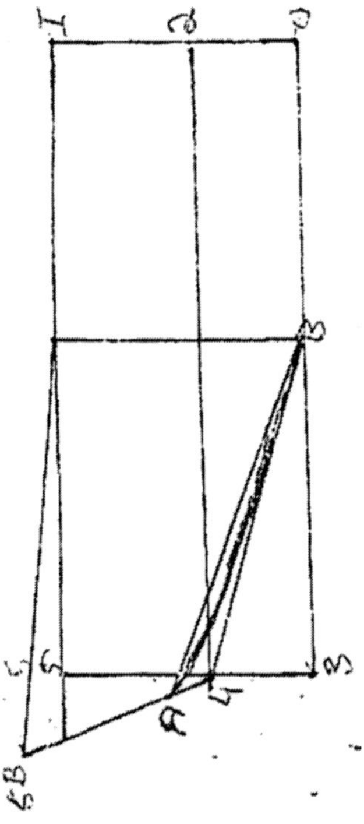

കോളർ സ്കെച്ച്

0–1–3"

0–2–1¼"

0–3–കഴുത്തുവണ്ണത്തിന്റെ പകുതി

3–4=1¼"

4 ൽ നിന്നും 3–5 ലേക്ക് ചതുരം വരയ്ക്കുക.

4–5–2"

5–5 ബി–1"

0–ബി–3½"

4-എ- ½"
5-5 ബി-1"
ചിത്രത്തിൽ കാണുന്നതുപോലെ ഷേപ്പ് ചെയ്യുക.

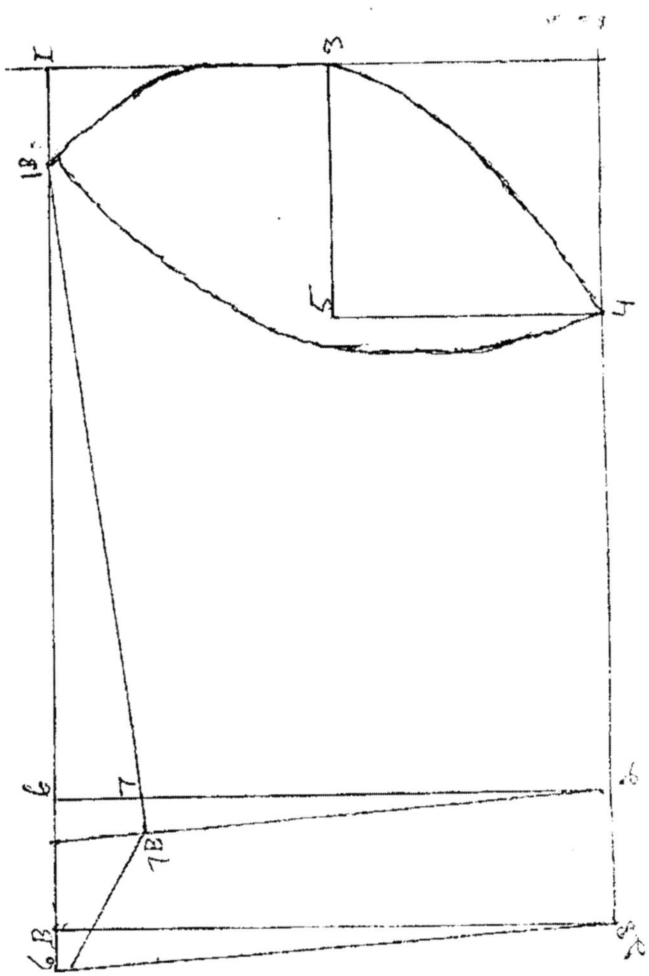

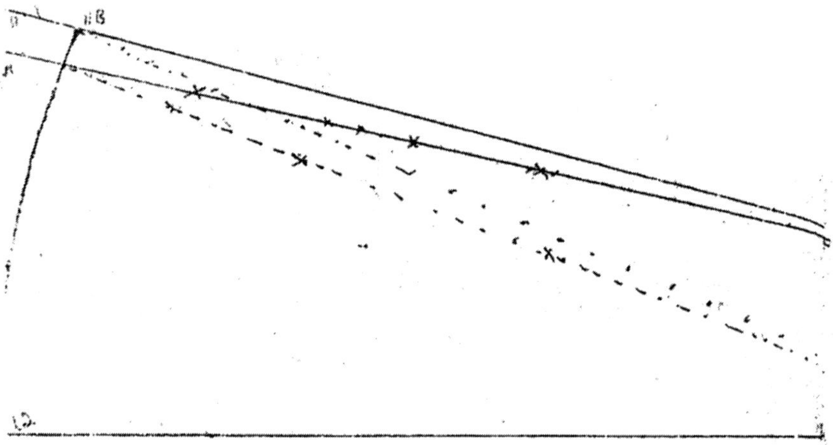
B
A
12

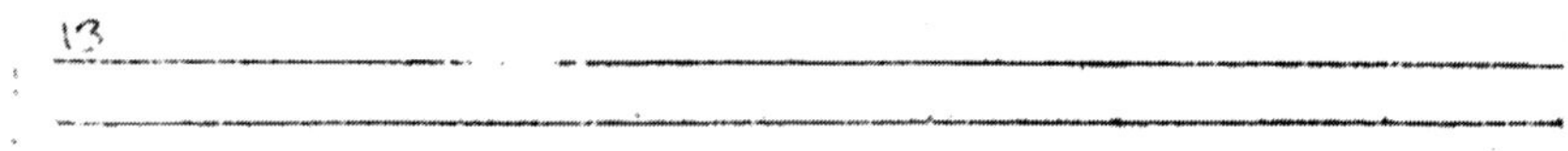
13

ളോഹ അളവ്

ഇറക്കം - 56
ഇടഇറക്കം - 16
ഷോൾ (16) കൈ - 22
വണ്ണം - 36
ഇടവണ്ണം - 32
കഴുത്ത് - 15
അടിലൂസ് - 48(92)

പിൻഭാഗം

0-1- നെഞ്ചുവണ്ണത്തിന്റെ ¼ = 9"
0-2 - ഇടഇറക്കം 16"
0-3 - നെഞ്ചുവണ്ണത്തിന്റെ 1/16 + 1" = 3¼"
3-4-0-3 ന്റെ 1/3 + 1 പോയിന്റ് = 1¼"
0-5 = ബാക്ക് വീതി + ½"= 8½"
1 ബി = 0-5-5 ൽനിന്നും 1 ബി യിലേക്ക് നേർവര
5-6-1" 6-6 ബി-1"
3 ൽനിന്നും 4 ലേക്ക് 4 ൽനിന്നും 6 ബി യിലേക്ക് 7-7 ബി-1"-1-8 നെഞ്ചുവണ്ണത്തിന്റെ ¼" + 3½"
6 ബി - 7 ബി = യിൽ കൂടി റീഗാൾ ഷേപ്പ് ചെയ്യുക.
2-2 ബി = ¾"-8" ൽനിന്നും 9 ലേക്ക് നേർവര
9-9 ബി-1" ഇടഒതുക്കത്തിന് 9-10-3" സൈഡ് പ്ലീറ്റിന്
9 ബി യിൽനിന്നും 12 ലേക്ക് നേർവര
2 ബി യിൽനിന്നും 13 ലേക്ക് നേർവര

2–14–3 ബാക്ക് പ്ലീറ്റിന് 13–15–5½" – 14 ൽ നിന്നും 15 ലേക്ക് നേർവര 12–11–10½"

9 ബി–12 നീളം – 9 ബി യിൽനിന്നും 11 ബി യിലേക്ക് അളന്ന് ഷേപ്പ് ചെയ്യുക. കുത്തിട്ടിരിക്കുന്നിടത്തുകൂടി അളക്കുക.

0–2 ബി പിൻഭാഗം വരയിൽ കൂടി തയ്ക്കണം. ബാക്കി ഭാഗത്ത് എല്ലാം വരയ്ക്കകത്ത് തയ്യലിന് ഉണ്ട്. കുത്തിട്ടിരിക്കുന്നത് കൂട്ടി ഇടുക.

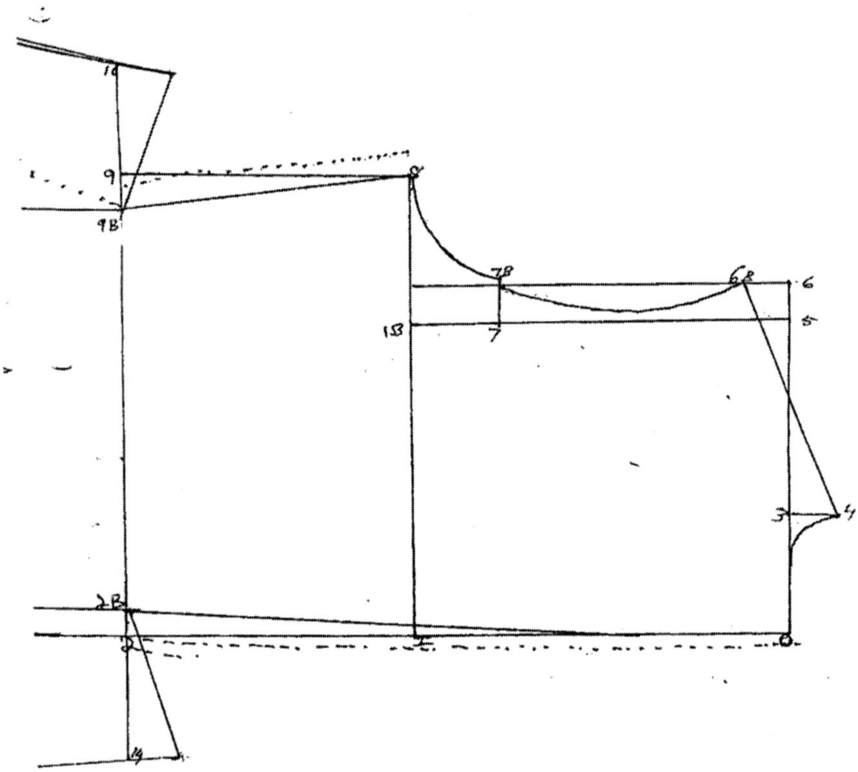

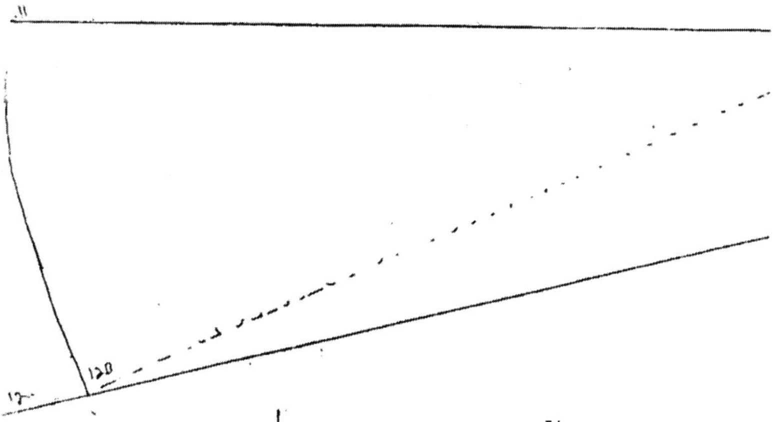

ളോഹ നെക്ക്

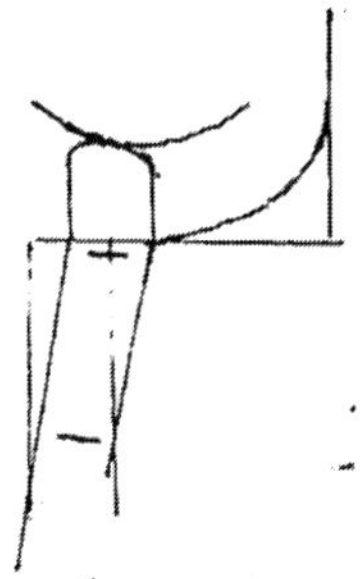

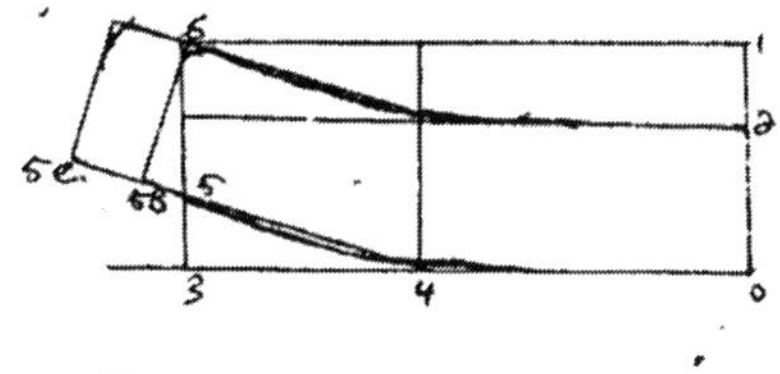

0–1–3"

0–2–2"

0–3–കഴുത്തുവണ്ണം +¼" = 7¾""

3–5–1"

5–6–നേർവര

5–5 ബി–½"

5–5 സി–1½"

5 ബി–5സി–1" അകത്തേക്ക് കയറി നില്ക്കാൻ. അകത്തേക്കുള്ള വശം മാത്രം

5 ബി–6–പുറത്ത് കാണുന്ന മുൻഭാഗം നീളം കുറഞ്ഞത് ചിത്രത്തിൽ കാണുന്നതുപോലെ ഷേപ്പ് ചെയ്യുക.

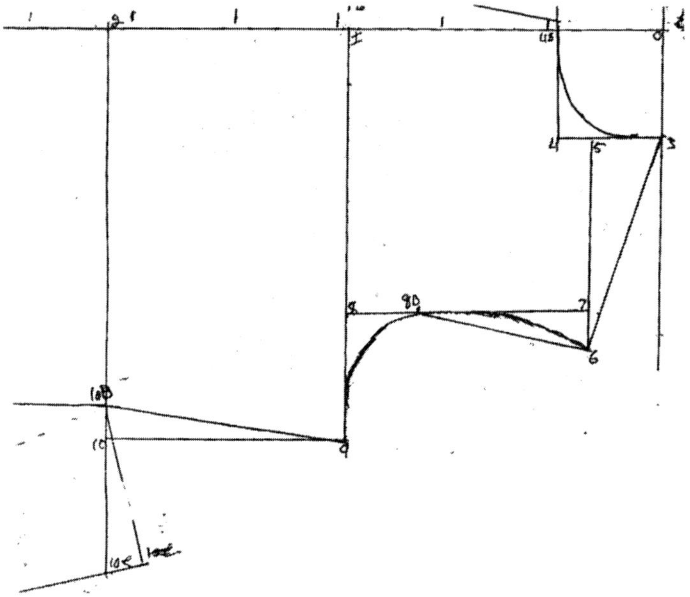

മുൻഭാഗം

0–1 – നെഞ്ചുവണ്ണത്തിന്റെ ¼" = 9"

0–2–ഇടഇറക്കം 16"

0–3– കഴുത്തുവണ്ണത്തിന്റെ 1/6 + ½" = 3"

3–4– കഴുത്തു വണ്ണത്തിന്റെ 1/6 + ½" =3"

3–4–4 ബിയിലേക്ക് ചതുരം വരയ്ക്കുക.

3–5– ഷോൾഡർ ഷേപ്പ് 2"

3–6– പിൻഭാഗം ഷോൾഡറിൽനിന്നും ½" കുറവ്

6–7–1" – 7 ൽനിന്നും 8 ലേക്ക് നേർവര

8–8 ബി–2"–1–9 നെഞ്ചുവണ്ണത്തിന്റെ ¼" +2½" പിൻഭാഗത്തേക്കാൾ ഒരിഞ്ച് കുറവ്. പോക്കറ്റ് പിറകോട്ട് പോവാതിരിക്കാനാണ്. പിൻഭാഗത്ത് കൂടുതലും മുൻഭാഗത്ത് കുറവും.

9– ൽനിന്നും 10 ലേക്ക് നേർവര

10–10 ബി–1" ഇട ഒരുക്കത്തിന്

10 ബിയിൽ നിന്നും 11 ലേക്ക് നേർവര

11–12– അടി ലൂസിന് 10½"

11-13 = 2-10 ബി

10 ബി-11 - ന്റെ നീളം 10 ബിയിൽനിന്നും 12 ബി ലേക്ക് അളന്ന് ഷേപ്പ് ചെയ്യുക. കുത്തിട്ടിടത്തുകൂടി വേണം അളക്കാൻ.

1-1 ബി മുൻപടി 1" 4 ബി - 4 സി-1"

4 സി യിൽനിന്നും മുകൾപടി താഴേക്ക് ചെരിച്ച് മുറിക്കുക. അടിപടി നീട്ടിയും മുറിക്കണം. കഴുത്ത് നെക്കിന്റെ അറ്റം മദ്ധ്യത്തിൽ വരാൻ വേണ്ടിയാണിങ്ങനെ ചെയ്യുന്നത്.

ചുരിദാർ

അളവ്

ഇറക്കം - 38

ഇടവണ്ണം - 28

സീറ്റ് വണ്ണം 33

കാൽ ലൂസ് - 11

ലാഭകരമായി വെട്ടുന്നവിധം 46".... 46- തുണി ചതുരം

തുണിയുടെ കോണിൽ ചിത്രത്തിൽ കാണുന്നതുപോലെ എയും ബിയും അടയാളപ്പെടുത്തുക. ബി- സി കാലുവണ്ണം +1" = 12" ബി - സി രണ്ട് വശത്തും അടയാളപ്പെടുത്തുക. സിയിൽനിന്നും ഇയിലേക്ക് മുറിക്കുക. എന്നിട്ട് ചിത്രത്തിൽ കാണുന്നതുപോലെ ഒന്നിനു മുകളിൽ മറ്റൊന്ന് വയ്ക്കുക. ഇനി മദ്ധ്യത്തിലൂടെ മടക്കുക.

0–1 മദ്ധ്യം

1–2–3" മദ്ധ്യത്തിൽനിന്നും മുകളിലുള്ള പീസ് (പകുതി) കുത്തിട്ടിരിക്കുന്നിടത്തുനിന്ന് 2 നമ്പറിലേക്ക് 3" മാറ്റിമടക്കുക. ഇനി മാർക്ക് ചെയ്യാം.

0–2–46¾"

2–3– സീറ്റുവണ്ണത്തിന്റെ 1/3 + ½" = 11½"

2–4– ഇറക്കം + ½" = 38½"

ഒ ബി-യിൽ നിന്നും 10 ലേക്ക് മട്ട ചതുരം വരയ്ക്കുക.

ഒ ബി–4–8"- ചൂഡിക്ക് വേണ്ടി

3–6– സീറ്റുവണ്ണത്തിന്റെ 1/3 + 1" = 12"

മട്ട ചതുരം വരയ്ക്കുക.

6–7–2"

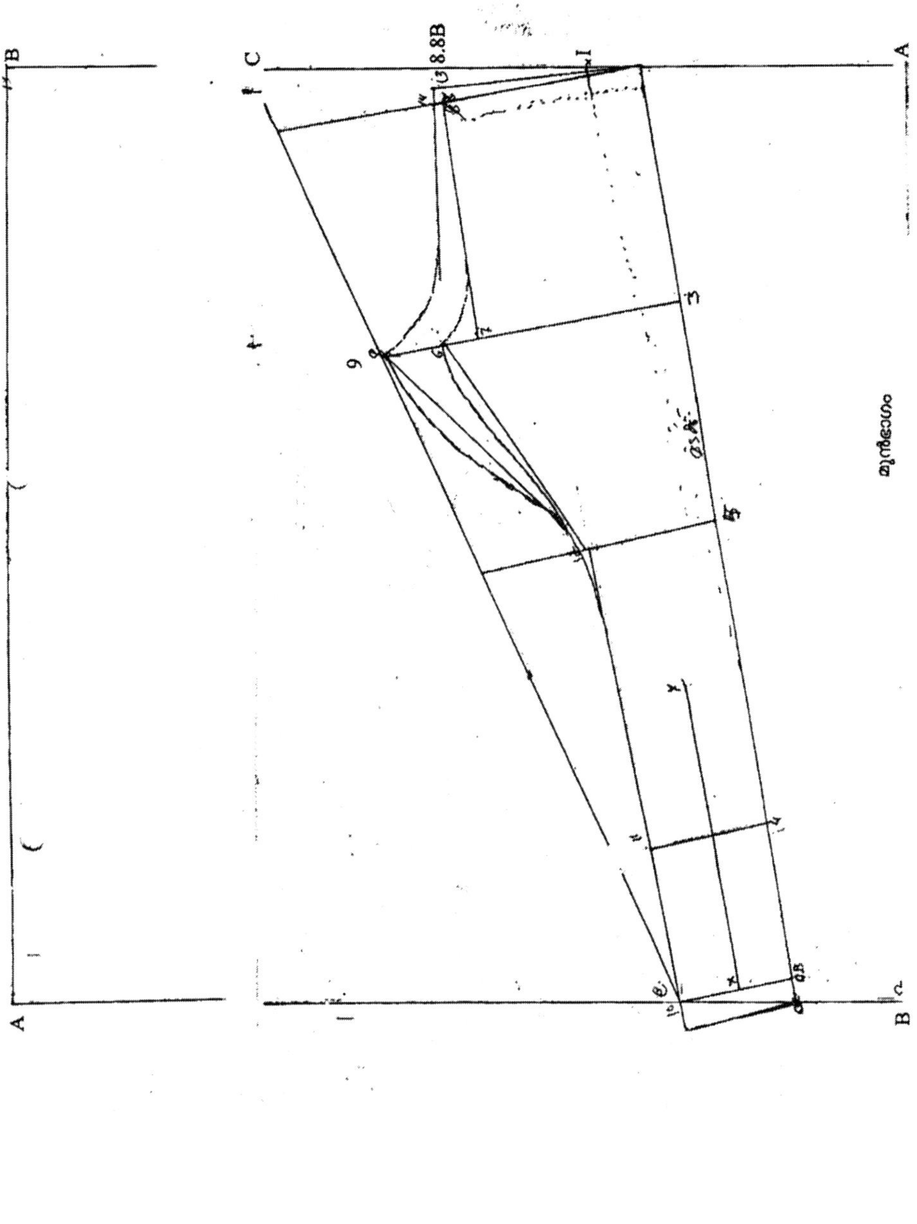
A
B
C
8.8B
9
3
5
മുൻഭാഗം

6–9–2"

7–8 നേർവര

2–8– മട്ട ചതുരം

8–13–1"

8–14–½"

8 ൽ നിന്നും 6 ലേക്കും ഷേപ്പ് ചെയ്യുക.

0 ബി–10–12"

5–12–12"

12 ൽ നിന്നും 6 ലേക്ക് നേർവര

12 ൽ നിന്നും 9 ലേക്കും നേർവര

ചിത്രത്തിൽ കാണുന്നതുപോലെ ഷേപ്പ് ചെയ്യുക. പിൻഭാഗത്ത് അധികം വരുന്ന തുണി വെട്ടിയെടുത്ത് മുൻഭാഗത്ത് 2–8 ൽ കുറവു വരുന്നിടത്ത് തയ്ച്ചു ചേർക്കുക. കുത്തിട്ടിരിക്കുന്നിടത്ത് പടി പുറമേക്ക് മടക്കി തയ്ക്കുക.

ചുഡിദാറും സൽവാറും ഉത്തരേന്ത്യൻ ആണല്ലോ. ചുഡി എന്നാൽ വള. ചുഡിദാർ പൈജാമ എന്നാൽ വളക്കാരൻ പൈജാമ എന്നാണർത്ഥം. ഇവിടെ വളയ്ക്ക് വച്ചിരിക്കുന്ന് 7 ½" ആണ്. ബി–4–എല്ലാം കൂടി പാദത്തിൽ ചുരുണ്ടിരിക്കാതിരിക്കാൻ ഇലാസ്റ്റിക് ഇടുന്നത് നല്ലതാണ്. X ൽ നിന്നും Y ലേക്ക് ഇലാസ്റ്റിക് വലിച്ചു നീട്ടി തയ്ക്കുക.

സൽവാർ

ഇറക്കം - 38
ഇടവണ്ണം - 28
സീറ്റ് വണ്ണം - 33
കാൽ ലൂസ് - 14
ഇടഇറക്കം - 12
0-1 - ഇറക്കം + ½" തയ്യലിന് 38½"
0-2 - കാൽ ലൂസ് പകുതി + 1" - 8"
1-3 - കാൽ ലൂസ് പകുതി + 1" - 8"
എ- ബി - 18" - 36" വീതിയുള്ള തുണി മടക്കിയത്.
എയിൽ നിന്നും എ കോണോട് കോൺ മുറിക്കുക.
ബിയും ബിയും ഒരു വശത്താക്കുക.

അപ്പോൾ എ യും എയും കീഴറ്റത്താകും. എന്നിട്ട് 3-2 നോട് ചേർത്ത് വയ്ക്കുക. പിന്നീട് തയ്ക്കുക.

2-5 - സീറ്റിറക്കം - 12" - 5 ൽ നിന്നും 6 ലേക്ക് നേർവര. 6-7 - നേർവര

1-3- ¾" വീതിയിൽ എന്തെങ്കിലും ഡിസൈൻ തയ്ക്കുക. ഇത് പഴയ മോഡൽ സൽവാർ ആണ്

എ-6-7 മുറിച്ചുമാറ്റുക.

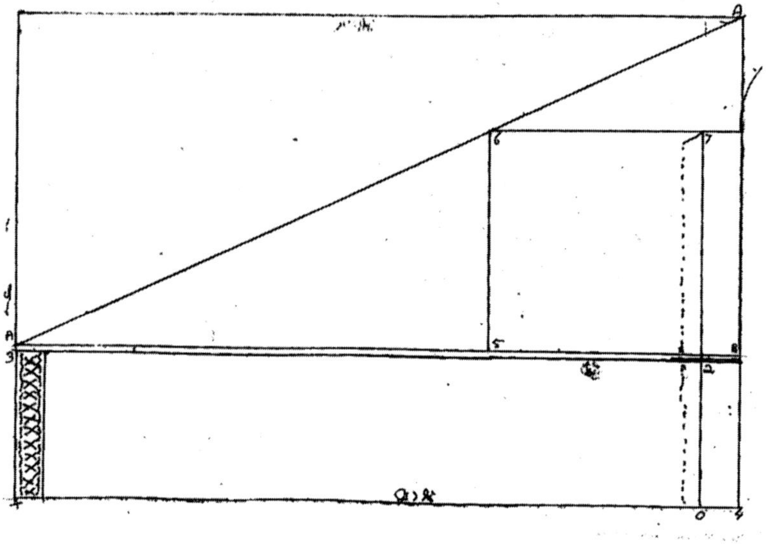

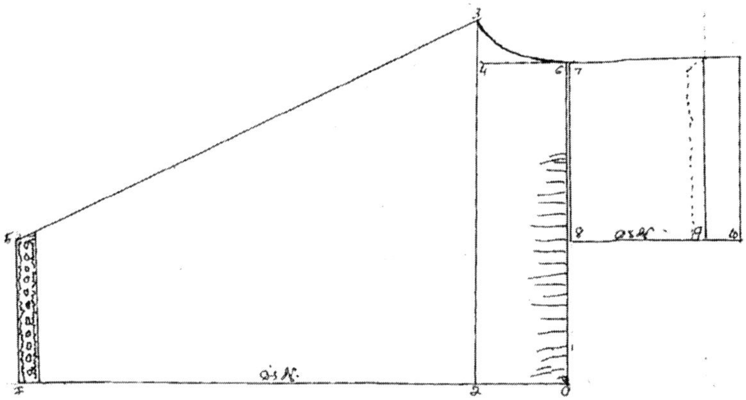

സൽവാർ No 2

ഇറക്കം - 38,
ഇടവണ്ണം - 28
സീറ്റ് - 33
കാൽ - 14"
1-2- കാൽ നീളം 26½"
2-3 - സീറ്റുവണ്ണത്തിന്റെ പകുതി + 4" = 20 ½"
3-4-2½"
4-6- നേർവര
0-6-18"
1-5- കാൽ വണ്ണത്തിന്റെ പകുതി + 1" = 8"
7-8-10"
9-10-2" പടിക്ക്

0-6 നെ പ്ലീറ്റിട്ട് (ഞൊറി) ഇട്ട് മേൽഭാഗം 7-8 ന് ഒപ്പമാക്കി തയ്ച്ചു ചേർക്കുക. പടി കുത്തിട്ടിരിക്കുന്നിടത്തേക്ക് മടക്കി തയ്ക്കുക.

1-5-¾" എന്തെങ്കിലും ഡിസൈൻ തയ്ക്കുക.

ജീൻസ് ടോപ്പ്

ഇറക്കം - 30"

ഷോ - 14

വണ്ണം - 32

ഇടവണ്ണം - 28

സീറ്റ് വണ്ണം - 33

കൈ - 6"

0-1 ഇറക്കം + 1" = 31"

0-2 - നെഞ്ചുവണ്ണത്തിന്റെ ¼" ൽ നിന്നും 1" കുറവ് = 7"

0-3 - ഇടഇറക്കം - 15"

0-4 - സീറ്റുവരെ ഇറക്കം - 22"

0-5- ഷോൾഡർ + ¼" = 7¼"

0-6 - കഴുത്തുവണ്ണത്തിന്റെ 1/6 = 2¼"

0-8 - കഴുത്തുവണ്ണത്തിന്റെ 1/6 = 2¼"

8-7 - ചതുരംവരയ്ക്കുക. കഴുത്ത് ഷേപ്പ് ചെയ്യുക.

0-0 ബി- ½" - പിൻകഴുത്ത്

8-8 ബി- പടിക്ക് 1"

5-9- ഷോൾഡർ ഷേപ്പ് 1"

9-10- നെഞ്ചുവണ്ണത്തിന്റെ ¼" ൽ നിന്നും 2" കുറവ്

10-10 ബി - 1" നേർവര റീഗാൾ ഷേപ്പ് ചെയ്യുക.

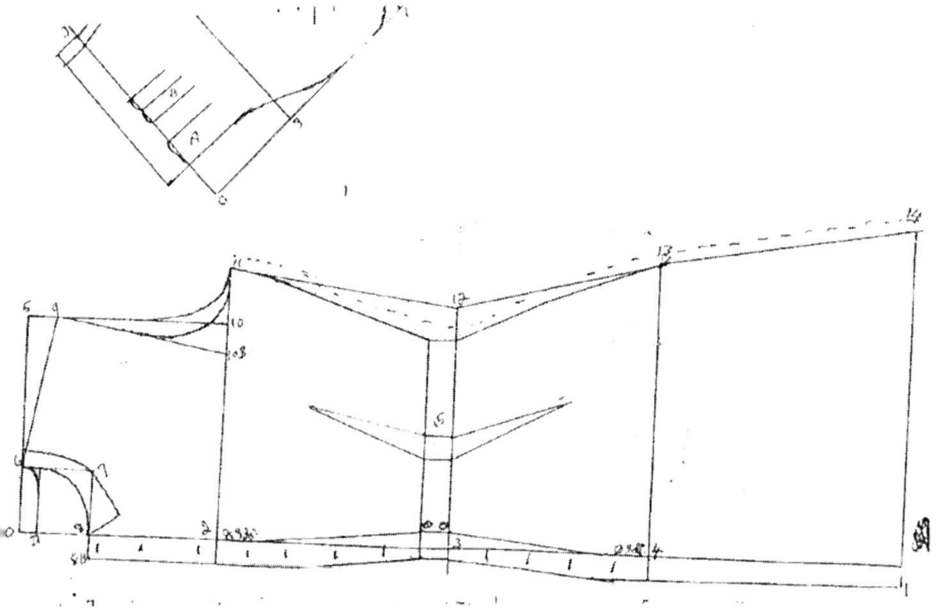

10–11–2" ലൂസിന്

3–12 – ഇടവണ്ണത്തിന്റെ $\frac{1}{4}$" + 1" = 8"

4–13 – സീറ്റുവണ്ണത്തിന്റെ $\frac{1}{4}$" + $1\frac{1}{2}$"

1–14 – അടിലൂസ് 11"

15 ൽ നിന്നും $1\frac{1}{2}$" വീതിയിൽ ഒരു ബോക്സ് പ്ലീറ്റ് തയ്ക്കുക. പിൻഭാഗത്ത് 1" വീതിയിൽ. ബോക്സ് പ്ലീറ്റ് വീതിയിൽ ഒരു പടി മുൻപിലും പിൻപിലും നീളത്തിൽ തയ്ച്ചുചേർക്കുക (ഒരു ബൽട്ട്). അതിന്റെ മുൻവശത്ത് രണ്ട് ബട്ടൺ വയ്ക്കുക. മുൻഭാഗത്ത് പടി തയ്ച്ച് ബട്ടൺ വയ്ക്കുക. കോളർ വയ്ക്കുക. ഹൈനെക്കും ആകാം. ഒരു വശത്തേക്ക് ചുളുക്കുന്നത് സിംഗിൾ പ്ലീറ്റ് മറുവശത്തു നിന്നും തിരിച്ച് ആദ്യ ചുളുക്കിലേക്ക്. ഒരു ചുളുക്കു കൂടിയിട്ടാൽ അത് ബോക്സ് പ്ലീറ്റ്. നീളത്തിൽ തയ്ച്ചിട്ട് രണ്ട് പുറത്തേക്കും തിരിച്ചിട്ടാലും ബോക്സ് ആകും.

കൈ

15" സമചതുരം തുണി കോണോടുകോൺ ആയിട്ട് മുറിച്ച് ഒന്നിന് മേലേ മറ്റൊന്ന് വച്ച് നടുക്കുകൂടി മടക്കി ചിത്രത്തിൽ കാണുന്നതുപോലെ

0–1–9" –0–2–7" – 0–3–3½" –0–4–7½" 1–5– മുറിച്ച് 2–4 ലും മുറിച്ച് മദ്ധ്യത്തിൽ എ–2" ബോക്സ് പ്ലീറ്റ് ബി–1" ബോക്സ് പ്ലീറ്റ്.

രണ്ടു വശത്തും ബോക്സ് പ്ലീറ്റ് സി-ഡി മുകൾ ഭാഗത്ത് രണ്ട് വശത്തും രണ്ട് സിംഗിൾ പ്ലീറ്റ് വീതം തയ്ച്ച് താഴെ ഒരിഞ്ച് പടി വെച്ച് തയ്ക്കുമ്പോൾ ചിത്രത്തിൽ കാണുന്നതുപോലെയുള്ള കൈ സ്റ്റാന്റിങ് പഫ് സ്ലീവ് ആകും.

ചുഡിദാർ - സൽവാർ ടോപ്പ്

ഇറക്കം - 36
ഷോൾഡർ - 14"
നെഞ്ചുവണ്ണം - 32
ഇടവണ്ണം - 28
കൈനീളം - 8
0–1 - ഇറക്കം + 1½" തയ്യലിനും മടക്കിനും
0–2– ഇടഇറക്കം - 16"
0–3 - സീറ്റ് ഇറക്കം - 24"
0–4– ഷോൾഡർ + ¼" = 7¼"
0–5 പിൻകഴുത്ത് - 3"
0–8 - പിൻകഴുത്ത് ഇറക്കം - 1 ½"
5–6 - മുൻ കഴുത്ത് 4"
0–7 - മുൻകഴുത്ത് - 5"
5–6–7– ഷേപ്പ് ചെയ്യുക.
4–9–1 ഷോൾഡർ ഷേപ്പ്
9–10 - നെഞ്ചുവണ്ണത്തിന്റെ ¼" ൽ നിന്നും 2" കുറവ്
10–11 - 1½" ലൂസിന്
10– 10 ബി -1" റീഗാൾ ഷേപ്പ് ചെയ്യുക.
2–12 - ഇടവണ്ണത്തിന്റെ ¼" + 1½"
3–13 സീറ്റുവണ്ണത്തിന്റെ ¼"+ 2"
1–14–3–13–1"
നല്ല ടൈറ്റ് വേണ്ടവർക്ക് 8–2 ബി വരെ
ബാക്ക് ഓപ്പൺ ചെയ്യുക. സിബ്ബ് വയ്ക്കുക

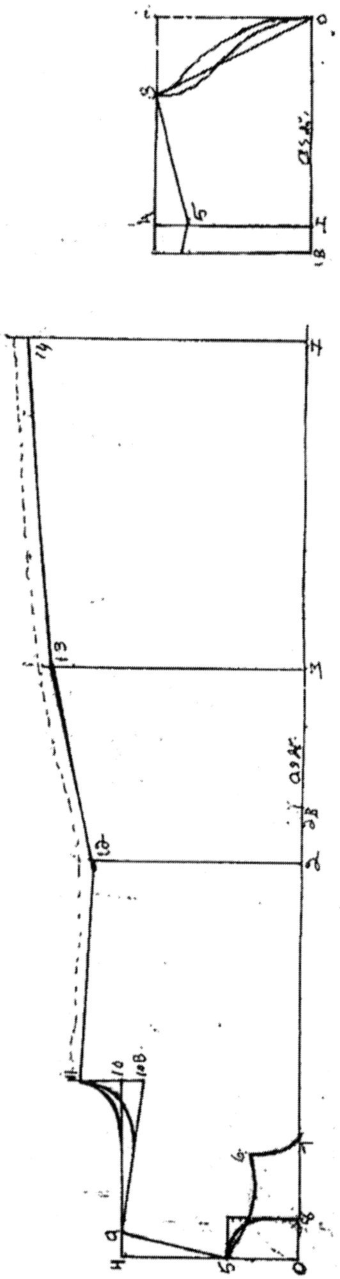

കൈ

0-1- കൈ നീളം + ½" = 8½"
0-2 - നെഞ്ചുവണ്ണത്തിന്റെ ¼" ൽ നിന്നും 1½" കുറവ്
(കൈവണ്ണം + 1½") = 6½"
2-3-0-2 ന്റെ പകുതി = 3¼"
1-4-നേർവര
1-5- കൈവണ്ണത്തിന്റെ പകുതി 5"
1-1 ബി = 1" മടക്കിന്
0-3-ലേക്ക് വരച്ച് ഷേപ്പ് ചെയ്യുക.

ബ്ലൗസിന് അളവെടുക്കുന്ന വിധം

ഇറക്കം - പുറകിൽ നിന്നും ചിത്രത്തിൽ കാണുന്നതുപോലെ ഷോൾഡറിൽ എത്തുമ്പോൾ ഇറക്കം (14")

അവിടെ നിന്നും മുൻവശത്തേക്ക് ബ്രസ്റ്റ് വരെ നീട്ടി അളക്കുക. (23") അപ്പോൾ മുൻകഴുത്ത് ഇറക്കം നോക്കുക. (19")

കഴുത്തിറക്കം

ഇറക്കത്തിൽ നിന്നും പുറകുവശത്തെ ഇറക്കം കഴിഞ്ഞ് ബാക്കി (6") കഴുത്തിറക്കം കണക്കാക്കുക.

ഷോൾഡർ

ചിത്രത്തിൽ കാണുന്നത് അധികമാണ് 2" കുറയ്ക്കുക.

വണ്ണം

ബ്രസ്റ്റിന് മുകളിലായി ഇഞ്ചുവണ്ണം അളക്കുക. താഴെ മാറി ബ്രസ്റ്റ് കൂട്ടി അളക്കുക. അതിന് താഴെ മാറി ഇടവണ്ണം മുറുക്കി എടുക്കുക.

കൈ

നീളം വേണ്ടത്ര. വണ്ണം മുറുക്കി എടുക്കുക.

കഴുത്ത് അകലം

അകലം കുറവാണ് വേണ്ടതെങ്കിൽ ഷോൾഡർ കൂടുതൽ. അകലം കൂടുതലാണ് വേണ്ടതെങ്കിൽ ഷോൾഡർ കുറച്ച് അളക്കുക.

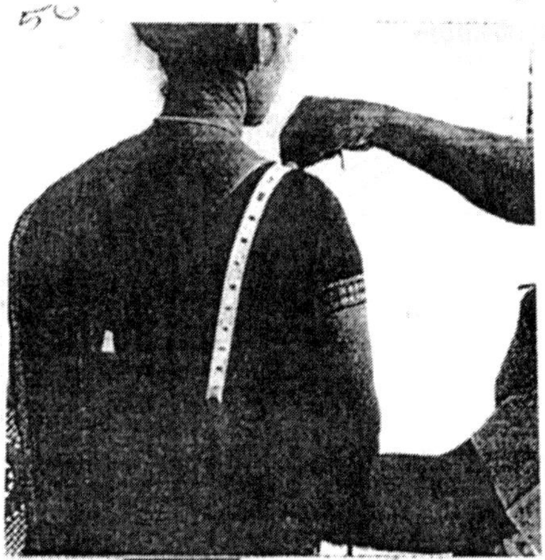

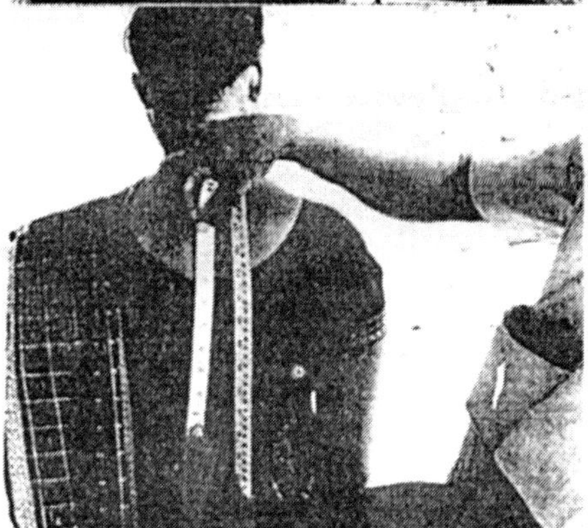

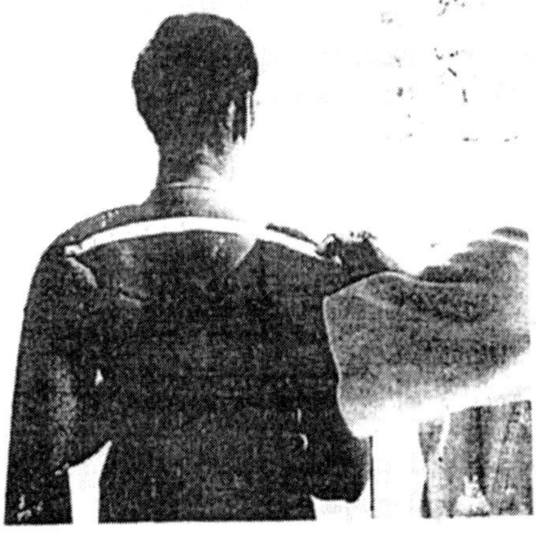

ബ്ലൗസ് മുൻഭാഗം

കൈ

0-1 - കൈനീളം + $\frac{1}{4}$" = $7\frac{1}{4}$"

0-2- കൈവണ്ണം + $1\frac{1}{2}$" = $6\frac{1}{2}$"

നെഞ്ചുവണ്ണത്തിന്റെ $\frac{1}{4}$" ....

2-3-0-2 ന്റെ പകുതി $3\frac{1}{4}$"

1-5- കൈവണ്ണത്തിന്റെ പകുതി = 5"

2-4-0-1

0-2 - നെഞ്ചുവണ്ണത്തിന്റെ $\frac{1}{4}$" ൽ നിന്നും $1\frac{1}{2}$" കുറവ് = $6\frac{1}{2}$"

1-1 ബി - $1\frac{1}{2}$" മടക്കിന്

3-0- ലേക്ക് വരച്ച് ഷേപ്പ് ചെയ്യുക.

മുൻഭാഗത്തുനിന്നുള്ള തുണി പിൻഭാഗത്തിന്റെ മുകളിൽ വെച്ച് മാർക്ക് ചെയ്യുക.

0-1- പിൻഭാഗം ഇറക്കം = $14\frac{1}{2}$"

0-2 - കഴുത്തിറക്കം - 5"

2-2 ബി -$\frac{1}{4}$" മുൻപടി തയ്യലിന്

0-3- ഷോൾഡർ പകുതി + $\frac{1}{4}$" = $7\frac{1}{4}$"

0-4 കഴുത്ത് അകലം 8" - പകുതി 4 ൽ നിന്നും $\frac{1}{4}$" കുറച്ച് 3 $\frac{3}{4}$"

4-5 ചതുരം വരച്ച് കഴുത്ത് ഷേപ്പ് ചെയ്യുക.

3-6 ഷോൾഡർ ഷേപ്പ് $\frac{1}{2}$"

4-10 ബ്രെസ്റ്റ് ഇറക്കം 9"

10-11-3 ബ്രെസ്റ്റ് അളവ് കൂടുതലിന് $2\frac{1}{2}$"

11-12-9 ലേക്ക് നേർവര

6-7 - പിൻഭാഗത്തിന്റെ 6-7-ൽ നിന്നും ¾" ഇഞ്ച് താഴെ. കക്ഷത്തിന്റെ എ - ബി ഡാർട്ടിന് വേണ്ടി ¾"ഡാർട്ട് തയ്ക്കുക. അപ്പോൾ മുൻപും പിൻപും ഒരുപോലെ ആകും.

7-8 - പിൻഭാഗത്തേക്കാൾ 8+1 കൂടുതൽ

ബ്രസ്റ്റ് അളവ് കൂടുതലാണെങ്കിൽ കൂട്ടുക.

12-12 ബി-1" ചിത്രത്തിൽ കാണുന്നതുപോലെ ഷേപ്പ് ചെയ്യുക.

10-11 ൽ 1½" വീതിയിൽ ഡാർട്ട് തയ്ക്കുക.

2 ബി - 2 സി-½" മുറിക്കുക.

ചിത്രത്തിൽ കാണുന്നതുപോലെ ഷോൾഡറിൽ ഒരു പ്രസ് ബട്ടൺ ചരടിൽ തുന്നി വയ്ക്കുക. അത് ബ്രായുടെ സ്ക്രാപ്പിനുള്ളിൽ കൂടി ഇടുക.

അളവ്

ഇറക്കം പിന്നിൽ നിന്ന് - 14"
മുൻ കഴുത്ത് ഇറക്കം - 19" (5)
ബ്രസ്റ്റ് വരെ - 23" (9)
പിൻകഴുത്ത് - 7"
ഷോൾഡർ - 14"
കഴുത്ത് അകലം - 8"
നെഞ്ചുവണ്ണം - 32"
ബ്രസ്റ്റ് - 33"
ഇടവണ്ണം - 28"
കൈനീളം - 7"
കൈവണ്ണം - 10"

പിൻഭാഗം

0-1 - ഇറക്കം + ½"= 14½"
0-2- കഴുത്തിറക്കം = 7"
0-3 - ഷോൾഡർ പകുതി +¼" = 7¼"
0-4 - കഴുത്ത് അകലം തയ്യലിന് ¼" കുറച്ച് 3 ¾"
4-5 ചതുരം വരച്ച് ഷേപ്പ് ചെയ്യുക
3-6 ഷോൾഡർ ഷേപ്പ് ½"
2-8 നെഞ്ചുവണ്ണത്തിന്റെ ¼" + 1" = 9"
6-7 നെഞ്ചുവണ്ണത്തിന്റെ ¼" ൽ നിന്നും 2" കുറവ്
1-9-2-8 ൽ നിന്നും 1" കുറവ്
4-10- ബ്രസ്റ്റ് ഇറക്കം = 9"
10-11- പുറകിലെ ഡാർട്ട്

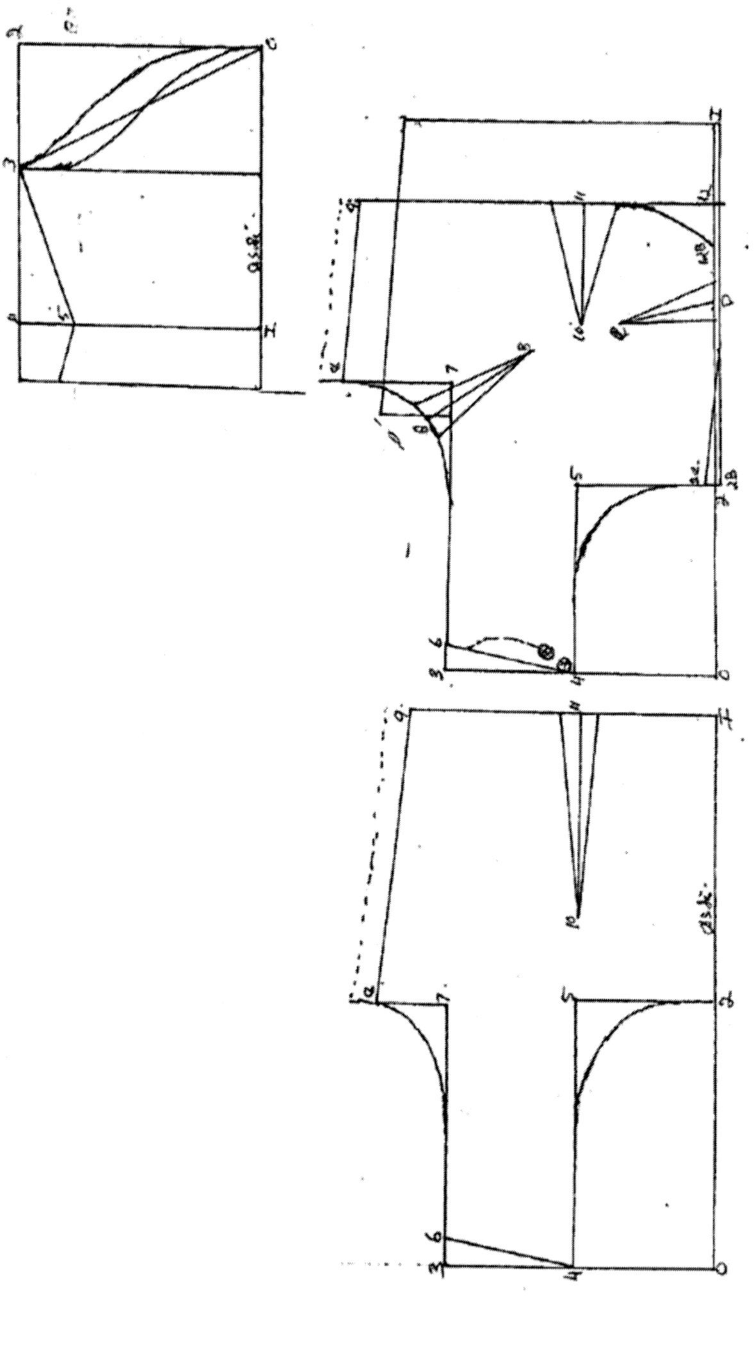

ഫ്രോക്ക്, കുട്ടികളുടെ ഉടുപ്പ്

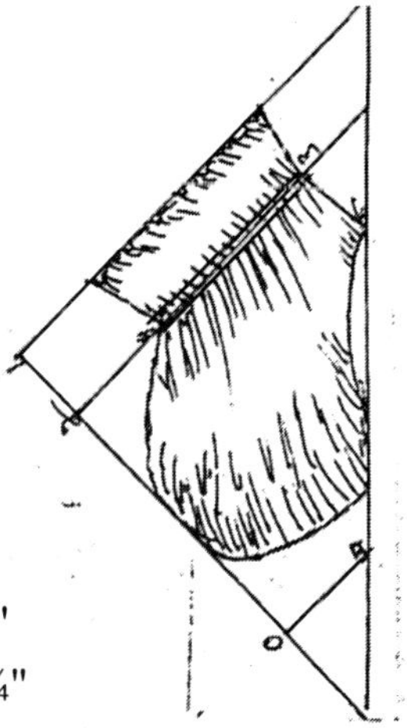

ഇറക്കം - 24

വണ്ണം - 22

ഷോ - 10

കൈ - 4½",

കൈവണ്ണം - 7"

കഴുത്ത് - 10½"

0–1 – ഇറക്കം + 1" = 25"

0–2 – ഇറക്കത്തിന്റെ പകുതി = 12"

0–3 – ഷോൾഡറിന്റെ പകുതി + ¼" = 5¼"

0–4 – കഴുത്തിന്റെ 1/3 = 3½" പകുതി = 1¼"

0–5 – കഴുത്തിറക്കം 3"

0–6 – പിൻകഴുത്ത് ½"

3–7 ഷോൾഡർ ഷേപ്പ് ½"

7–8 – നെഞ്ചുവണ്ണത്തിന്റെ ¼" ൽ നിന്നും ½" കുറവ് = 4"

8–9 – ½"

8–10 – നെഞ്ചുവണ്ണത്തിന്റെ ¼"+ 1" ലൂസിന് 5½" + 1 = 6½"

2–11– ഇടവണ്ണം 1" - 5 + 1 -6"

11–12 – ¾" ഷേപ്പിന് മുറിച്ചുമാറ്റുക

എ–ബി – 1" ഡാർട്ട്

2 ബി – 13 – ഇടവണ്ണത്തിന്റെ ¼" + ¼" = 5¼"

12–14– സ്കേർട്ട് ഇറക്കം – 13" (2–1)

1–14 സ്കേർട്ടിന്റെ ലൂസ് – ഇടവണ്ണത്തിന്റെ മൂന്നിരട്ടി 60" – ¼" = 15"

0–2– പിൻഭാഗം ഓപ്പൺ ചെയ്യുക. അല്പം ഭാവനയുള്ളവർക്ക് ഈ കണക്ക് കൊണ്ടുതന്നെ വിവിധ ഡിസൈനുകളിൽ ചെയ്യാവുന്നതാണ് കുട്ടികളുടെ ഈ ഉടുപ്പുകൾ.

കൈ പഫ്

പതിനാലിഞ്ച് തുണി ചതുരം കോണോടുകോൺ മുറിച്ച് ഒന്നിനു മേൽ ഒന്നുവച്ച് മടക്കി മാർക്ക് ചെയ്യുക.

0-1-7½"

0-2-1½"

2-3-6" തയ്ച്ചു ചുരുക്കി 4" ആക്കുക

5-6- ചിത്രത്തിൽ കാണുന്നതുപോലെ ഷേപ്പിന് മുറിച്ചു തയ്ച്ചു ചുരുട്ടുക. റീഗാളിൽ തയ്ച്ചു ചേർക്കുക.

നൈറ്റി I

ബോഡി ഷേപ്പ് നൈറ്റി

ഇറക്കം - 2

ഷോ - 15

വണ്ണം - 34

0-1 - ഇറക്കം + 2" = 54"

0-2-ഇടഇറക്കം - 16"

0-3 - മുൻകഴുത്ത് - 6½" - നെക്ക്

0-5 - കഴുത്ത് അകലം - 2¼"

കഴുത്തകലം കൂടുതൽ വേണമെങ്കിൽ കൂട്ടുക

0-6- ഷോൾഡർ + ¼" = 7¾"

0-7 = 1" ഷോൾഡർ ഷേപ്പ്

7-8 = നെഞ്ചുവണ്ണത്തിന്റെ ¼" = 8½"

8-9-3" ലൂസിന്

10-2 ൽ നിന്നും നേർവര

1-11-16" - അടിലൂസ്

10 ൽ നിന്നും 11 ലേക്ക് നേർവര

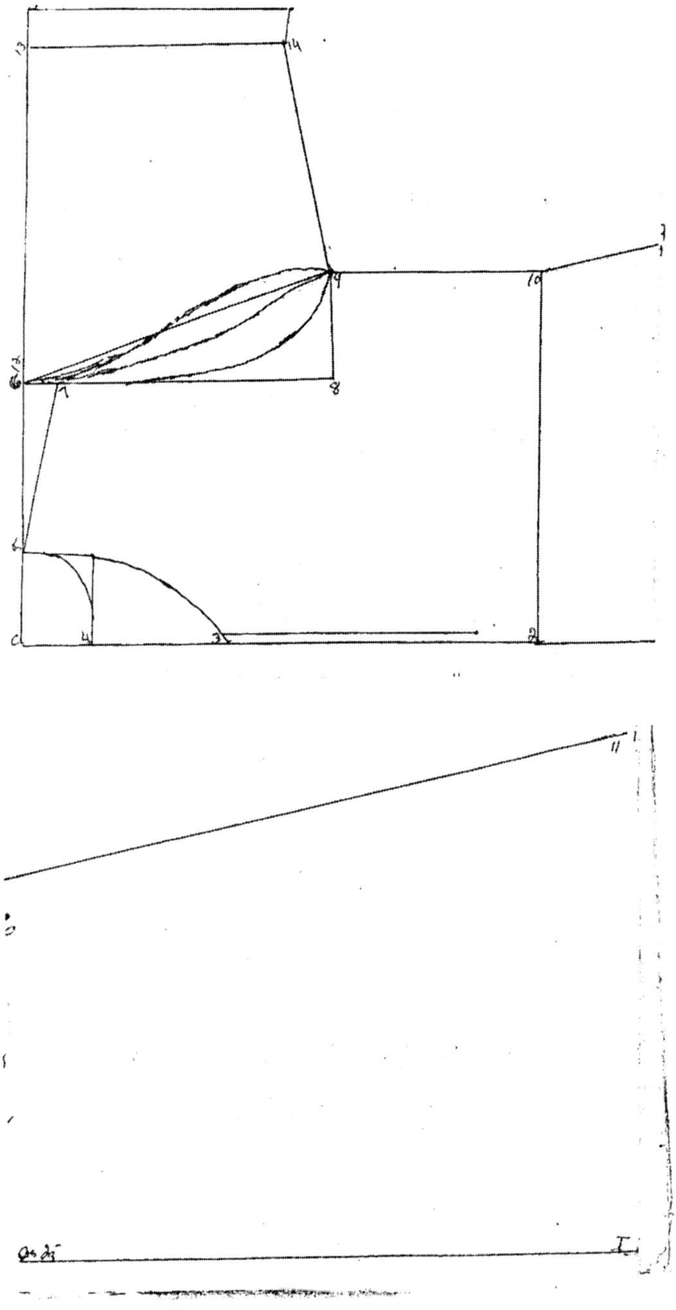

കൈ

12-13 കൈനീളം കൂടുതൽ വേണമെങ്കിൽ സൈഡിൽ നിന്നും കിട്ടുന്ന കഷണം ചേർത്ത് നീളം കൂട്ടുക.

13-14 കൈലൂസ് 8" (16)

1-11-അടിലൂസ് 16" മതിയാകും

0-1 ബുക്കിൽ നീളം കുറവാണ്. കൂട്ടി എടുക്കണം. (ഇറക്കം)നൈറ്റി നാലിനും

നൈറ്റി II

ഇറക്കം - 54"
തോൾ വീതി - 16"
വണ്ണം - 36"
കൈനീളം - 12"
കൈ ലൂസ് പകുതി - 8" (16")

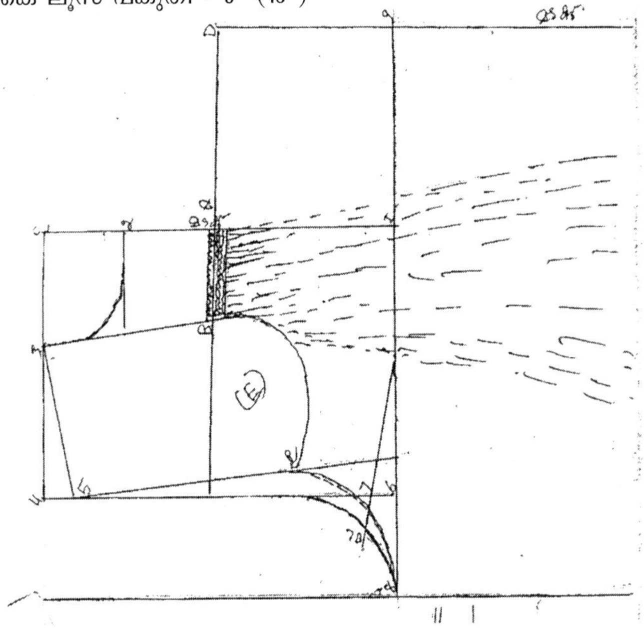

പിൻഭാഗം

0–1– ബോഡി ഇറക്കം – 11½"
0–2 – കഴുത്തിറക്കം – 2½" – പിൻകഴുത്ത്
0–3 – കഴുത്തകലം – 3½"
0–4– തോൾ വീതി – 8¼"
4–5 – ഷോൾഡർ ഷേപ്പ് – 1"
5–6 നെഞ്ചുവണ്ണത്തിന്റെ – ¼" = 9"

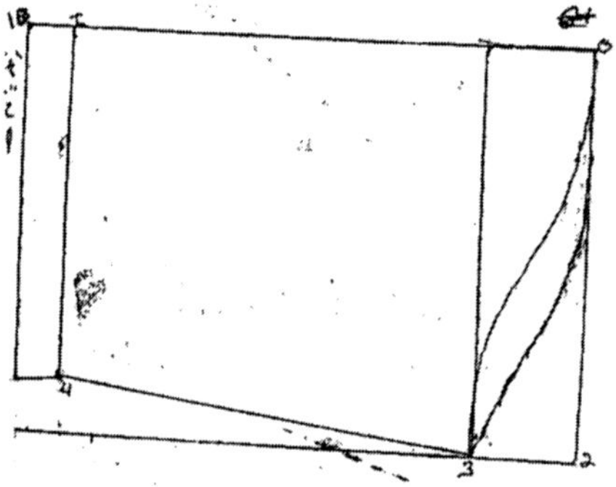

6-7 - 1" ബോഡി ഷെയ്പ്

6-8-3" റീഗാർ

8-9- പിൻഭാഗം പ്ലീറ്റ് വച്ച് 1 ലേക്ക് ചേർക്കുക

5-7-7 ബി റീഗാൾ ഷേപ്പ് ചെയ്യുക.

മുൻഭാഗം

0-എ മുൻകഴുത്ത് 5½"

എ-ബി 2½" - 6" ഇലാസ്റ്റിക് വെച്ച് ഡി യെ എയിലേക്ക് ചുരുക്കുക. മുൻഭാഗവും പിൻഭാഗവും ചേർത്ത് 2-3- എ-ബി പൈപ്പിങ് വച്ചതിന് ശേഷം ഇ മുറിച്ച് മാറ്റണം

കൈ

കൈനീളം + 1½" = 12½"

0-2 - നെഞ്ചുവണ്ണത്തിന്റെ ¼" + ½" = 9½"

1-1 ബി - മടക്കിന് 1"

2-3-2½" നേർവര. ഷേപ്പ് ചെയ്യുക.

1-4 - കൈ ലൂസ് 8"

നൈറ്റി No. III

ഇറക്കം - 54"
ഇടഇറക്കം - 16"
നെഞ്ചുവണ്ണം - 36
കൈനീളം - 12"
കൈ ലൂസ് - 8
നൈറ്റ് ഗൗൺ ആണ് ഇത്.

കൈ

0-1 - കൈനീളം ½" + = 10½"
0-2 - നെഞ്ചുവണ്ണത്തിന്റെ ¼" + 1" = 9½"
2-3-1" റീഗാൾ കട്ടിങ്
1-4-8½" കൈ ലൂസ്
1-1 ബി മടക്കിന്

ഡിസൈനുള്ള തുണി വെട്ടിയെടുത്ത് പടിയും കോളറും പോക്കറ്റിന്റെ മേൽഭാഗവും വയ്ക്കുക

0-1 ഇറക്കം + 1½" = 55½"
0-2 - ഇടഇറക്കം = 16"
0-3 - നെഞ്ചുവണ്ണത്തിന്റെ ¼" + 1" = 10"
0-4 - മുൻകഴുത്ത് = 4"
0-5 - പിൻകഴുത്ത് = 1½"
0-6 - കഴുത്തകലം = 3½"
0-7 - ഷോൾഡർ + ¼" = 8¼"
7-8 - ഷോൾഡർ ഷേപ്പ് = 1"

3-9-8 ൽനിന്നും നേർവര
9-10-3½" ലൂസിന്
11-2- ൽനിന്നും നേർവര
4-4 ബി - ¾" മുൻപടി

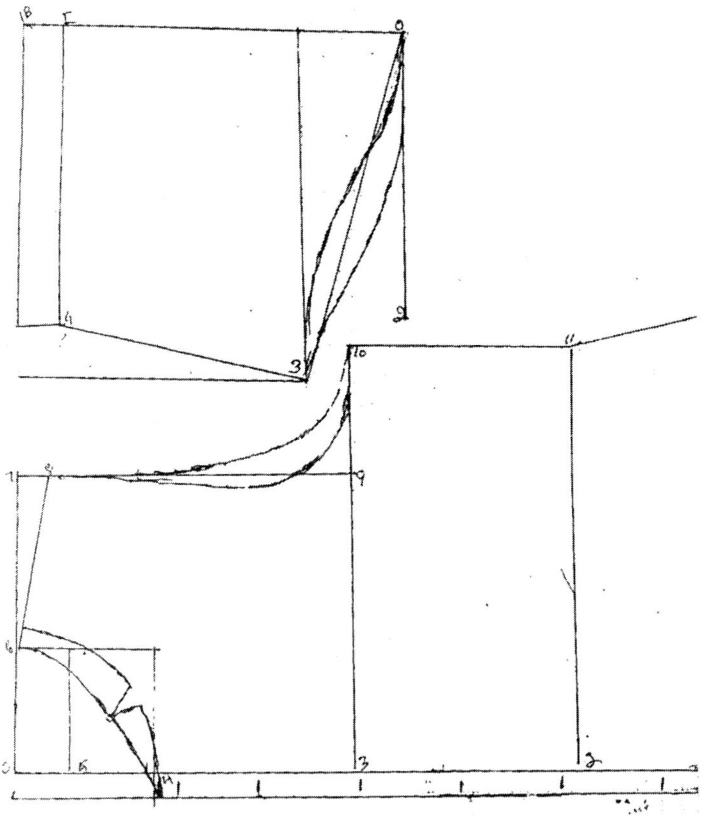

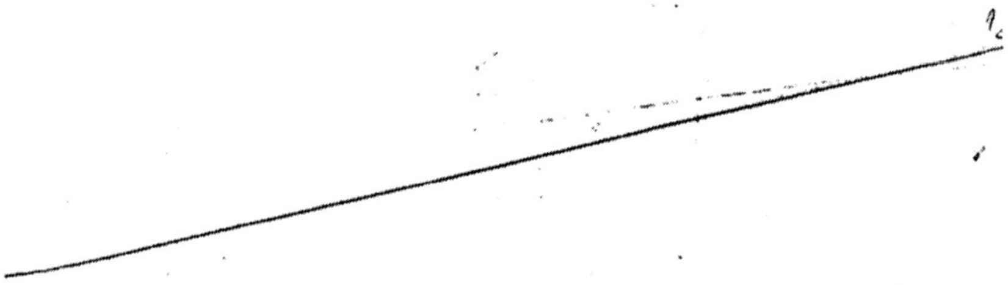

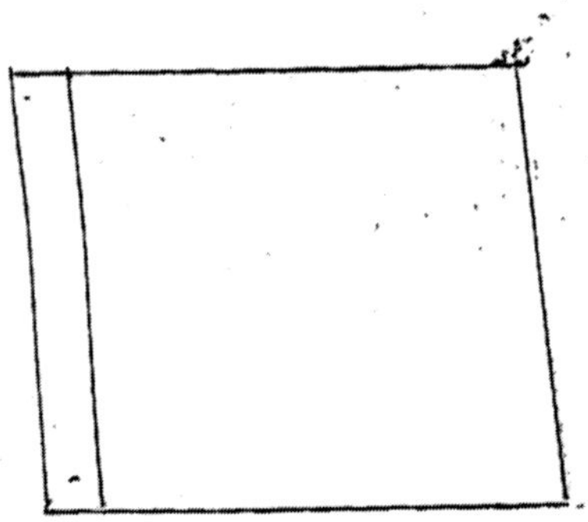

റെഡിമെയ്ഡ് പാവാട No. 1

ഇറക്കം 40" - തുണി വീതി 36"
(രണ്ടു പാവാട തുണി രണ്ടുപീസ്)
38" രണ്ടു പീസ്
0-2- തുണി വീതി 18"
0-3 - 11"
2-3 - 7"
1-3-7"

3 ൽ നിന്നും 3 ലേക്ക് ക്രോസിൽ മുറിക്കുക. (രണ്ട് പീസിൽ നിന്നും രണ്ടും ഒരു പീസിൽനിന്നും ഒന്നും കഷണം ചേർത്ത് തയ്ക്കുക) 3" ഇഞ്ചിന്റെ 3 കഷണം ഫ്രില്ലിന് 9"

38 X 3-1.14 - 9 +9 = 18 ഫ്രില്ലിന് = 132 = 340 സെന്റീമീറ്റർ = രണ്ടു പാവാട. ഒരു പാവാട 170 സെ മീ

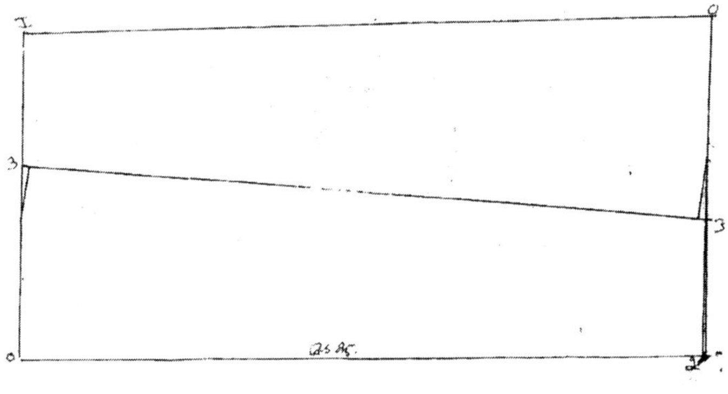

No. 1 റെഡിമെയ്ഡ് പാവാട

(രണ്ടു പാവാടയ്ക്ക് - തുണി ഒരു പീസ്) 38 ഒരു പീസ്

ഇറക്കം 40" - തുണി വീതി 36" കാൽ ഇഞ്ച് ഒരിഞ്ചാക്കി കണക്ക് വെച്ചിരിക്കുന്നു.

0-1 - ഇറക്കം 40-2" കുറച്ച് 38 - ഒരു പീസ്

0-2- മുകൾ പടിക്ക് 3" മുറിച്ച് മാറ്റുക

2-3-15"

3-4-5" - 2-4-10 ക്രോസിൽ മുറിക്കുക.

പേജ് നം. 46-47 - രണ്ടും കൂടി രണ്ടു പാവാട.

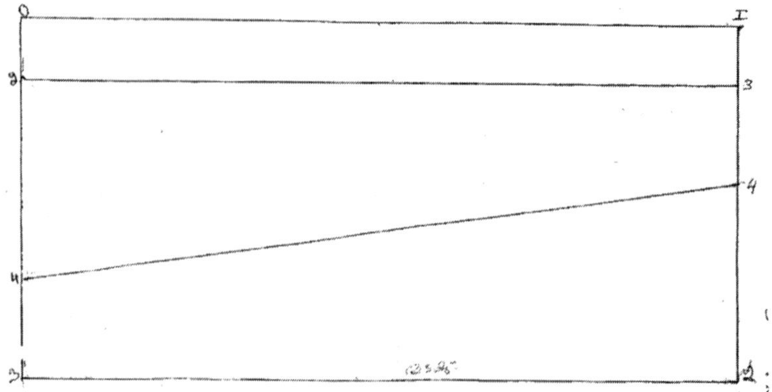